INSIGHT PUBLICA

Nadakkavu, Kozhikode, Kerala
Tel:0495–4020666
www.insightpublica.com
e-mail: insightpublica@gmail.com
Varshabindukkal
Dr. M Jayaprakash
(Malayalam Stories)
First Edition: February 2021

ISBN 978-93-90535-94-1
Printed and Published by
Insightinpublica Printers & Publishers Pvt. Ltd.

വർഷബിന്ദുക്കൾ

ഡോ. എം. ജയപ്രകാശ്

INSIGHT PUBLICA®

1949 ൽ ജനനം. മാത്തമാറ്റിക്സിൽ ബിരുദം നേടിയതിനുശേഷം പിതാവ് തുടങ്ങിവെച്ച പ്രകാശ് സ്റ്റോഴ്സ് എന്ന സ്ഥാപനത്തിന്റെ ചുമതലയേറ്റെടുത്തു. തുടർന്ന് പ്രൈവറ്റായി പഠിച്ച് ഇംഗ്ലീഷ് സാഹിത്യത്തിൽ എം എ ബിസിനസ്സ് അഡ്മിനിസ്ട്രേഷനിൽ ബിരുദാനന്തര ബിരുദം, സാഹിത്യത്തിൽ ഡോക്ടറേറ്റ് എന്നിവ നേടി.

വിദ്യാഭ്യാസ കാലഘട്ടം മുതൽ പൊതുപ്രവർത്തനരംഗത്തും സാഹിത്യരംഗത്തും കാലെടുത്തുവെച്ചു. അനേകം ലേഖനങ്ങളും ചെറുകഥകളും കവിതകളും ആനുകാലിക പ്രസിദ്ധീകരണങ്ങളിൽക്കൂടി പുറത്തുവന്നിട്ടുണ്ട്. തൃശ്ശൂരിൽ പല വാണിജ്യ വ്യവസായ സ്ഥാപനങ്ങളുടെയും മേധാവിയായി പ്രവർത്തനം തുടരുന്നു. വ്യാപാരി വ്യവസായി പ്രസ്ഥാനത്തിന്റെ ആശയങ്ങൾ ജനമദ്ധ്യത്തിലേക്കെത്തിക്കുന്നതിനു തൂലിക ചലിപ്പിച്ചുകൊണ്ടിരിക്കുന്ന ജയപ്രകാശ്, സംഘടനയുടെ യുവജനവിഭാഗത്തിന്റെ സ്ഥാപക പ്രസിഡണ്ടായിരുന്നു. 1984ലെ പൊതുതിരഞ്ഞെടുപ്പിൽ തൃശ്ശൂർ ലോകസഭാമണ്ഡലത്തിൽ വ്യാപാരി വ്യവസായി ഏകോപനസമിതിയുടെ സ്വതന്ത്ര സ്ഥാനാർത്ഥിയായി മത്സരിച്ചിട്ടുണ്ട്. സംഘടനയുടെ തൃശ്ശൂർ ജില്ലാ പ്രസിഡണ്ട്, സംസ്ഥാന സെക്രട്ടറി, സംസ്ഥാന വൈസ് പ്രസിഡണ്ട്, സംസ്ഥാന ജനറൽ സെക്രട്ടറി എന്നീ പദവികൾ അലങ്കരിച്ച ജയപ്രകാശ്, ഇപ്പോൾ അഖിലേന്ത്യാ സംഘടനയായ ഭാരതീയ ഉദ്യോഗ് വ്യാപാർ മണ്ഡലിന്റെ ദേശീയ സെക്രട്ടറിയാണ്.

പുരസ്കാരങ്ങൾ: 1999ലെ മികച്ച സംഘാടകനുള്ള സി.എം. ജോർജ്ജ് അവാർഡ്, 2004ലെ സൂര്യ ടി.വി.യുടെ ഓൾ കേരള എക്സലൻസ് അവാർഡ്, 2006ലെ തൃശ്ശൂർ പൗരാവലിയുടെ മികച്ച സാംസ്കാരിക പ്രതിഭയ്ക്കുള്ള അവാർഡ്, 2007ലെ തൃശ്ശൂർ പൗരാവലിയുടെ മികച്ച സാസ്കാരിക പ്രതിഭയ്ക്കുള്ള അവാർഡ്, 2015ലെ യു.കെ.യിലെ ആത്മ ഇന്റർനാഷണലിന്റെ നാഷണൽ എക്സലൻസ് അവാർഡ്, 2016ലെ കോലാറിലെ ഗിവിംഗ് ഹാന്റ്സ് ഫൗണ്ടേഷന്റെ ലൈഫ് ടൈം അച്ചീവ്മെന്റ് അവാർഡ്, 2016ലെ കൽക്കത്തയിലെ സിസ്റ്റർ മാർഗരറ്റ് ഫൗണ്ടേഷന്റെ സ്വാമി വിവേകാനന്ദ അവാർഡ്, 2017ലെ ഹിന്ദു എക്കണോമിക് ഫോറത്തിന്റെ നവരത്ന അവാർഡ്.

കൃതികൾ: *ഓർമ്മയുടെ ഓളങ്ങളിൽ, സമരപുളകങ്ങൾ, ഹൃദയാഞ്ജലി, ജാലകം തുറന്നാൽ, സ്മരണകളിരമ്പുന്നു, എന്റെ ആൽബത്തിൽ* എന്നീ ഗ്രന്ഥങ്ങൾ പ്രസിദ്ധീകരിച്ചിട്ടുണ്ട്.

വിലാസം: സുപ്രഭ, തൃശ്ശൂർ 680 021, ഫോൺ 9847053283

എം. ജയപ്രകാശ്

ഉള്ളടക്കം

ചെറുകഥകൾ

സംഭവകഥകൾ

ചെറുകഥകൾ

വർഷബിന്ദുക്കൾ

തോൽവിയെന്തെന്നറിയാത്ത രാജശേഖരൻ നായർ. നഗരത്തിലെ സർവരുടേയും സമാരാദ്ധ്യൻ. അനേകം വ്യാപാരസ്ഥാപനങ്ങളുടേയും വ്യവസായസ്ഥാപനങ്ങളുടേയും അധിപൻ. അദ്ദേഹം തോൽക്കുകയാണൊ. അതും ഏക മകന്റെ മുന്നിൽ. അതോ അതും മറ്റൊരു വിജയത്തിന്റെ തുടക്കമാണോ. കാർമേഘങ്ങൾ വർഷബിന്ദുക്കളായി ഭൂമിയിൽ പതിക്കുന്നത് വീണ്ടും നീരാവിയായി ഉയരുവാനാണല്ലോ. തന്റെ വ്യാപാരസ്ഥാപനങ്ങളുടേയും വ്യവസായ സ്ഥാപനങ്ങളുടേയും സംരക്ഷണം ഉറപ്പ വരുത്തുവാൻ, കുടുംബഭദ്രത നിലനിർത്തുവാൻ, മകന്റെ പിടിവാശിക്കു മുന്നിൽ പിതാവ് മുട്ടുകുത്തുന്നു. സ്നേഹിച്ച യുവതിയെ വിവാഹം കഴിക്കണമെന്ന് നിർബന്ധിക്കുന്ന മകൻ. മകന്റെ ഏതാഗ്രഹവും സാധിച്ചുകൊടുക്കുവാൻ തയ്യാറായിരിക്കുന്ന തന്റെ പ്രിയപത്നി. അവരുടെ നടുവിൽ ഒറ്റപ്പെട്ടുമെന്നുള്ള സ്ഥിതി വന്നപ്പോൾ രാജശേഖരൻ നായർ പരുങ്ങലിലായി. മകന് അന്തസ്സുള്ള ഒരു ബന്ധം അദ്ദേഹം കാംക്ഷിച്ചിരുന്നു. അതിനായി അന്വേഷണവും നടത്തിയിരുന്നു. എന്നാൽ സ്ഥിതിഗതികൾ താളം തെറ്റിയിരിക്കുന്നു.

മകന്റെ സതീർത്ഥ്യയാണത്രെ അവൾ. ഗുരുവായൂരപ്പൻ കോളേജിൽ വച്ച് തന്നെ അവരുടെ പ്രേമം തുടങ്ങിയിരിക്കുന്നു. അവളെ പിരിഞ്ഞ് അവന് ജീവിക്കുവാൻ സാദ്ധ്യമല്ലെന്ന്. ഹോ... എന്തൊരു ബന്ധം. മകനെ പിന്തിരിപ്പിക്കുവാൻ അദ്ദേഹം പലതും പറഞ്ഞുനോക്കി, യാതൊന്നും ഫലിച്ചില്ല. തന്റെ അന്തസ്സും സ്വത്തും ആ നിർദ്ധനയായ പെൺകുട്ടിയുടെ മുന്നിൽ സമർപ്പിക്കേണ്ടതായി വന്നിരിക്കുന്നു എന്ന്

ചിന്തിച്ചപ്പോൾ അദ്ദേഹം കൂടുതൽ അസ്വസ്ഥനായി. ഇതിൽപരം വേദന മറ്റെന്തു വേണം. എന്നിരുന്നാലും മറ്റു പലതും ആലോചിക്കു മ്പോൾ എതിരിടൽ നല്ലതല്ലെന്ന് അദ്ദേഹത്തിന് തോന്നി. അവസാനം അദ്ദേഹം മനമില്ലാമനസ്സോടെ സമ്മതം മൂളി.

അടുത്ത ഞായറാഴ്ച പെണ്ണുകാണൽ ചടങ്ങ് നിശ്ചയിക്കപ്പെട്ടു. വെയിലും മഴയും. കുറുക്കന്റെ കല്യാണം എന്ന് കൊച്ചുകുട്ടികൾ പറഞ്ഞ് രസിക്കാറുണ്ട് ആ ഞായറാഴ്ച പ്രഭാതവും അത്തരത്തിലായിരുന്നു. രാജ ശേഖരൻ നായരുടെ ബെൻസ് കാർ പൂഴിമണൽ നിറഞ്ഞ പാതയിലൂടെ ആ കൊച്ചുവീടിന്റെ മുന്നിലെത്തി. രാജശേഖരൻ നായരും ഭാര്യയും കാറിൽ നിന്നിറങ്ങി. പെൺകുട്ടിയുടെ അച്ഛനും ജേഷ്ഠനും ആഹ്ലാദതി മിർപ്പോടെയും ഭയഭക്തി ബഹുമാനങ്ങളോടെയും അവരെ സ്വീകരിച്ചു. ഇത്രയും ഉന്നതനായ വ്യക്തി ആ കൊച്ചുവീട്ടിൽ കാൽ കുത്തുന്നതു തന്നെ ഒരു മഹാഭാഗ്യമായി അവർ കരുതുന്നു. കുശലപ്രശ്നങ്ങൾക്കി ടയിൽ ലഘുഭക്ഷണവുമായി പെൺകുട്ടിയും അമ്മയും കടന്നുവന്നു.

“ഇതാണെന്റെ മകൾ”. അച്ഛൻ പരിചയപ്പെടുത്തി.

എവിടെയോ കണ്ടു മറന്ന മുഖം. രാജശേഖരൻ നായർ മനസ്സിന്റെ അലമാരയിൽ ചികഞ്ഞുനോക്കി. രാജശേഖരൻ നായരുടെ ഭാര്യ പെൺകുട്ടിയും അമ്മയുമായി വിശേഷങ്ങളിലേക്ക് കടന്നു. രാജശേഖരൻ നായരുടെ സ്മരണകൾക്ക് ചിറകുമുളച്ചു. അത് ഭൂതകാലത്തിലേക്ക് പറന്നുയർന്നു.

സ്കൂളിൽ പഠിക്കുന്നകാലം. പത്താം സ്റ്റാന്റേഡിലായപ്പോഴാണ് സംഭവം നടന്നത്. ഹെഡ്മാസ്റ്റർ തന്നെ വിളിക്കുന്നു എന്ന് പ്യൂൺ വന്ന് ക്ലാസ്സിൽ പറഞ്ഞപ്പോൾ അത്രയും കരുതിയില്ല. എന്തിനാണാവോ? ഹെഡ്മാസ്റ്ററുടെ മുറിയിലേക്ക് ചെന്നു. മുറിയിൽ ഒരു വശത്ത് സാവിത്രി ദുർഗ്ഗയെപോലെ നിൽക്കുന്നു. തന്റെ സതീർത്ഥ്യ. താൻ ഇഷ്ടപ്പെടുന്ന കുട്ടി. ക്ലാസ്സിലെ സുന്ദരി.

ഉൾക്കിടിലം വിട്ടുമാറുന്നതിന് മുമ്പ് ഹെഡ്മാസ്റ്റർ ചോദിച്ചു.

“ഈ എഴുത്ത് താൻ എഴുതിയതാണോ.”

“അതെ” മറുപടി പറഞ്ഞു.

താൻ ഇന്നലെ വൈകുന്നേരം സാവിത്രിക്ക് നൽകിയ പ്രേമലേഖനം ഹെഡ്മാസ്റ്ററുടെ കയ്യിൽ അവൾ കൊണ്ടുകൊടുക്കുമെന്ന് കരുതിയില്ല. സാവിത്രിക്ക് തന്നെ ഇഷ്ടപ്പെട്ടില്ലെന്നുണ്ടോ. തന്നെ അവൾ വെറുക്കു ന്നുവോ.

“ഇത്തരം പ്രവൃത്തികൾ ചെയ്യണ്ടന്നവരെ ക്ലാസ്സിൽ ഇരുത്തുവാൻ

സാധിക്കുകയില്ല. ടി.സി. തരാം. മറ്റേതെങ്കിലും സ്കൂളിൽ പോയ് ചേർന്നോളൂ.'' ഹെഡ്മാസ്റ്റർ പറഞ്ഞു.

ഹെഡ്മാസ്റ്ററുടെ മുന്നിൽ താണുകേണ് മാപ്പിരക്കുവാൻ ആ സന്ദർഭത്തിൽ താൻ തയ്യാറായില്ല. ടി.സിയും വാങ്ങി സ്കൂളിൽ പോന്നതിനു ശേഷം കയറാത്ത സ്കൂൾ പടികളില്ല. ആരും ആ സമയത്ത് തനിക്ക് അഡ്മിഷൻ തന്നില്ല. അപമാനഭാരം അപകർഷതാബോധത്തിലെത്തിയെങ്കിലും ആത്മാഭിമാനം തുണയ്ക്കെത്തി. തുടർന്ന് പഠിക്കേണ്ടെന്ന് തീരുമാനിച്ചു. ആരോരുമില്ലാത്ത താൻ കൂടുതൽ ആഗ്രഹിക്കുന്നത് അബദ്ധമാണെന്ന് തോന്നി. തൊഴിൽ കണ്ടെത്തുന്നതിനുള്ള ശ്രമമായി. സ്കൂൾ ഫൈനൽ പാസാകാത്തത് മൂലം ജോലിയൊന്നും ലഭിക്കാതായപ്പോൾ താൻ തന്റെ സ്വന്തമെന്ന് പറയാവുന്നതെല്ലാം വിറ്റ് ചെറുതായി ഒരു വ്യാപാരം ആരംഭിച്ചു. നാൾക്കുനാൾ വ്യാപാരം അഭിവൃദ്ധിപ്പെട്ടു വന്നു. ഒപ്പം നാട്ടുകാരുടെ അസൂയയും ഏറി വന്നു. കാലചക്രം തിരിഞ്ഞുകൊണ്ടേയിരുന്നു. വീടും വിവാഹവും വേണമെന്ന ആശ മനസ്സിൽ അങ്കുരിച്ചു. സ്വന്തമായി ചെറിയ ഒരു വീട് വിലയ്ക്ക് വാങ്ങി. സാവിത്രി ബി.എ. പാസ്സായി വീട്ടിലിരിക്കുന്നു. എന്തോ സാവിത്രിയെ തന്റെ ജീവിതസഖിയാക്കണമെന്ന അടങ്ങാത്ത ആഗ്രഹം സാവിത്രിയെ അറിയിച്ചു. പുച്ഛത്തോട് കൂടിയതായിരുന്നു അവളുടെ പ്രതികരണമത്രെ. വിദ്യാഭ്യാസവും സൗന്ദര്യവുമുള്ള ഒരുവൾ ഒരു പാവം കച്ചവടക്കാരന്റെ ഭാര്യയാവുകയോ.''കച്ചവടത്തിന് എന്താ സ്ഥിരത. എന്നാണ് പൊളിയുന്നതെന്നറിയില്ല. അതിനേക്കാൾ ഭേദം ഏതെങ്കിലും ഒരു സർക്കാർ ശിപായിയുടെ ഭാര്യയാകുന്നതാ.'' സാവിത്രിയുടെ വീട്ടുകാർ മദ്ധ്യവർത്തിയോട് പറഞ്ഞയച്ചു.

സാവിത്രിക്ക് കോഴിക്കോട്ടുള്ള ഏതോ സർക്കാർ ഓഫീസിൽ ജോലി ലഭിച്ചുവെന്നും അവിടെയുള്ള ഒരു സർക്കാർ ഗുമസ്ഥനെ അവൾ വിവാഹം കഴിച്ചുവെന്നും അറിഞ്ഞപ്പോൾ ഒരു പ്രതികാരവാഞ്ഛ തന്നിലുണർന്നു. സ്ഥലത്തെ അനാഥാലയത്തിലെ സൗന്ദര്യമുള്ള ഒരു പെൺകുട്ടിയെ താൻ ജീവിതസഖിയായി തിരഞ്ഞെടുത്തു. ഉയർന്ന വിദ്യാഭ്യാസയോഗ്യതയും അഹന്തയും കൂട്ടിനില്ലാത്ത ഒരുവളെ. പിന്നീടുള്ള തന്റെ ഉയർച്ച ജ്യോമെട്രിക് പ്രോഗ്രഷനിലായിരുന്നു. ഒരു ദിവസത്തിന് ഇരുപത്തിനാല് മണിക്കൂർ മതിയാകാത്ത ജീവിതം.

"എന്താ സ്വപ്നം കാണുകയോണോ.''ഭാര്യയുടെ ശബ്ദം കേട്ട് ഞെട്ടിയുണർന്നു.

മകന്റെ ഭാര്യയാകുവാൻ പോകുന്ന പെൺകുട്ടി ചിരിച്ചുകൊണ്ട് നിൽക്കുന്നു. സാവിത്രിയുടെ അതേ ചിരി. അതേ നുണക്കുഴികൾ.

പകർത്തിവെച്ചതുപോലെ തന്നെ. തിരിഞ്ഞുനിന്ന് സാവിത്രി കണ്ണുകൾ തുടയ്ക്കുകയാണോ. അവൾ തന്നെ തിരിച്ചറിഞ്ഞുവോ.

"മോന്റെ അച്ഛന് കുട്ടിയെ ഇഷ്ടപ്പെട്ടുവോ?''. പ്രിയപത്നിയുടെ ചോദ്യശരം മനസ്സിന്റെ മൃദുലമായ കോണിലാണ് ചെന്ന് പതിച്ചത്. തന്നെ കുടുക്കിലാക്കിയ ചോദ്യം. പുറത്ത് വെയിലും മഴയും തുടർന്നു കൊണ്ടിരിക്കുന്നു. രാജശേഖരൻ നായരുടെ മനസ്സിലും അതേ അവസ്ഥ തന്നെ.

"കുട്ടീ, ഞാൻ നിന്നെ നല്ലതുപോലെ ഇഷ്ടപ്പെടുന്നു. എന്റെ എല്ലാം നിനക്കുള്ളതാണ്. എന്റെ ഈ ഉയർച്ചയ്ക്കും പദവിക്കും എല്ലാം കാരണം നിന്റെ അമ്മ സാവിത്രിയാണ്. അന്ന് താൻ കൊടുത്ത പ്രേമലേഖനം അവൾ ഹെഡ്മാസ്റ്ററെ ഏൽപ്പിച്ചില്ലായിരുന്നുവെങ്കിൽ, താൻ എസ്. എസ്. എൽ.സി പരീക്ഷ എഴുതുകയും ഇന്നും ഒരു സാധാരണ ഗ്രമ സ്ഥനായി മാത്രം ഏതെങ്കിലും കോണിൽ ഒതുങ്ങികഴിയേണ്ടതായ ഒരു അവസ്ഥ വന്നു ഭവിക്കുകയും ചെയ്യുമായിരുന്നു.'' രാജശേഖരൻ നായരുടെ മനസ്സ് ഇത്തരത്തിൽ മന്ത്രിക്കുന്നുണ്ടായിരുന്നു. അദ്ദേഹം പറഞ്ഞു. "എനിക്ക് ഇഷ്ടപ്പെട്ടിരിക്കുന്നു. തിയതി നിശ്ചയിക്കുവാൻ നിങ്ങ ളെല്ലാവരും എന്റെ വീട്ടിലേക്ക് വരണം.'' എന്തോ അന്ന് സാവിത്രി തന്റെ വിവാഹഭ്യർത്ഥന നിരസിച്ചപ്പോൾ തോന്നിയ പ്രതികാരവാഞ്ച പൂർത്തീകരിച്ച ഒരു തോന്നൽ രാജശേഖരൻ നായർക്കനുഭവപ്പെട്ടു.

വർഷബിന്ദുക്കളായ്... നീരാവിയായ് പ്രപഞ്ചസത്യത്തിലലിഞ്ഞു ചേർന്നുവെന്ന സംതൃപ്തിയും

സ്വപ്നഗാഥ

പ്രകൃതീദേവി കുളിരണിയുന്ന വസന്തകാലം. നിശീഥിനി സമ്മാനിച്ച കരിംപടാവരണം തട്ടിനീക്കി, സുഖനിദ്രയിൽ നിന്നും ഞെട്ടിയുണർന്ന പകലോൻ തന്റെ ദിനകൃത്യങ്ങൾ ആരംഭിക്കുവാൻ തയ്യാറെടുക്കുന്നു, ഇളംകുളിരും ഇളംചൂടും സമ്മിശ്രമായി ഒരുക്കിതന്ന പ്രതലം പകരുന്ന പരമാനന്ദം നുകർന്നുകൊണ്ട് ഉണരുവാൻ വ്യഗ്രത പൂണ്ട് നിന്ന നയനങ്ങൾ, മയക്കത്തിന്റെ ആലിംഗനാനന്ദം അനുഭവിക്കുന്നു. വഴുതിപ്പോയ പുതപ്പെടുത്ത് മൂടി പുതച്ച് ചരിഞ്ഞുകിടന്നു.

പുതപ്പിനു മുകളിലൂടെ ഒരു മൃദുസ്പർശം, പിന്നെ കളമൊഴി. “വിജയേട്ടാ... കാപ്പി.” അത്ഭുതം! ഇന്നലെ താനുമായി വഴക്കിട്ട് അവളുടെ വീട്ടിലേക്ക് പോയ മണിക്കുട്ടി, പതിവുപോലെ കാപ്പിയുമായി മുന്നിൽ നിൽക്കുന്നു. വിശ്വസിക്കുവാൻ പ്രയാസം തോന്നി. “എനിക്കൊന്നും വേണ്ട ശല്യം ചെയ്യാതിരുന്നാൽ മാത്രം മതി.” ആത്മാഭിമാനം കൈവിടാതെ താൻ പറഞ്ഞു, തിരിഞ്ഞു കിടന്നു. അകന്നുപോയ കാലൊച്ചകൾ അസുഖകരങ്ങളായ പല പല ഓർമ്മകളേയും താലോലിക്കുവാൻ തുടങ്ങി. എന്തെല്ലാമാണ് സംഭവിച്ചത്. സംഭവിക്കരുതാത്ത പലതും നുണരുകൾ നുള്ളി വ്രണങ്ങളാക്കി. അതിന്റെ വേദന ഈ മയക്കത്തിലും തന്റെ മനസ്സിനെ അലട്ടിക്കൊണ്ടിരിക്കുന്നു.

അന്നും പതിവുപോലെ താൻ തന്റെ വ്യാപാരസ്ഥാപനത്തിന്റെ ഓഫീസ് മുറിയിലിരുന്ന് ഫയലുകളുമായി മല്ലടിക്കുന്ന അവസരത്തിലാണ് അപരിചിതനായ ഒരാൾ കയറിവന്ന് തനിക്കഭിമുഖമായി ഇരുന്നത്. വന്നയാൾ സ്വയം പരിചയപ്പെടുത്തി. “ഇവിടത്തെ സെയിൽസ്ടാക്സ് ഓഫീസറാണ്.” പിന്നെ വിഷയത്തിലേക്ക് കടന്നു.

"ടൗൺഹാളിൽ അടുത്ത ഞായറാഴ്ച സിനിമാതാരങ്ങൾ പങ്കെടുക്കുന്ന ഒരു നൃത്തപരിപാടിയുണ്ട് അതിനുള്ള ഒരു ഫാമിലി ടിക്കറ്റ് എടുക്കണം. അഞ്ഞൂറു രൂപ.''

"സർ, സെയിൽടാക്സ് പിരിക്കുവാനല്ലേ താങ്കൾക്കധികാരമുള്ളൂ. ടിക്കറ്റ് വിൽപ്പന താങ്കളുടെ ജോലിയല്ലല്ലോ?'' ഞാൻ ചോദിച്ചു.

"കളക്ടർ പറഞ്ഞിട്ടാണ് ഇതിനിറങ്ങിയിരിക്കുന്നത് കളക്ടറുടെ ഭാര്യ വനിതാ ക്ലബിന്റെ പ്രസിഡന്റാണ്. പ്രസ്തുത ക്ലബിന്റെ ധനശേഖരണാർത്ഥം നടത്തുന്ന ഈ പരിപാടി വിജയിപ്പിക്കേണ്ടത് നമ്മളുടെയെല്ലാം കടമയല്ലേ.''അയാൾ പ്രതിവചിച്ചു.

"സോറി സർ, സാദ്ധ്യമല്ല. ഉദ്യോഗസ്ഥന്മാർ തങ്ങളുടെ സ്വാധീനമുപയോഗിച്ച് നടത്തുന്ന ഇത്തരം നിർബന്ധപിരിവുകൾ നൽകുതെന്നാണ് ഞങ്ങളുടെ സംഘടനയുടെ തീരുമാനം. എനിക്ക് അനുസരിക്കാതിരിക്കുവാൻ നിവൃത്തിയില്ല.'' ഞാൻ തീർത്തും പറഞ്ഞു. ഞാൻ ടിക്കറ്റ വാങ്ങുകയില്ലെന്ന് ബോദ്ധ്യമായപ്പോൾ ഭീഷണിയുടെ സ്വരത്തിലായി ഉദ്യോഗസ്ഥന്റെ വചനങ്ങൾ.''ഇറങ്ങണം മിസ്റ്റർ. നാണമില്ലല്ലോ ഇത്തരം വേഷം കെട്ടുവാൻ. അധികാരം ഉണ്ടെന്ന് വച്ച് നിങ്ങൾക്ക് എന്തും ചെയ്യുവാൻ സാധിക്കുകയില്ല. കാലം മാറിയിരിക്കുന്നു. അനാവശ്യകാര്യങ്ങൾക്കുള്ള നിങ്ങളുടെ ഭീഷണി എനിക്ക് പുല്ലാണ്. ഇത്തരം ആഡംബര പരിപാടികൾക്ക് ഞാനും മറ്റു ചെറുകിട വൻകിട വ്യാപാരികളും പണം തന്നില്ലെങ്കിൽ, അതിന്റെ പക പോക്കുവാനായി നിങ്ങളെപ്പോലെയുള്ള ഉദ്യോഗസ്ഥന്മാർ എടുക്കുന്ന നടപടികൾക്കെതിരെ പോരാടുവാൻ തങ്ങളുടെ സംഘടന ശക്തിയാർജ്ജിച്ചു കഴിഞ്ഞു.'' ഞാൻ ജ്വലിക്കുകയായിരുന്നു.

ഗൗരവത്തിൽ ഇറങ്ങിപോകുന്ന ആ ഉദ്യോഗസ്ഥനെ പുച്ഛരസത്തോടുകൂടി മാത്രമേ എനിക്ക് വീക്ഷിക്കുവാൻ സാധിച്ചുള്ളൂ. ഉടനെ തന്നെ സമിതി ഓഫീസിലേക്ക് ഫോൺ ചെയ്തപ്പോഴാണ് മറ്റു വിവരങ്ങൾ മനസ്സിലായത്. ജില്ലയിലെല്ലായിടത്തും സെയിൽസ് ടാക്സ് ഉദ്യോഗസ്ഥന്മാരും മറ്റു ഉദ്യോഗസ്ഥന്മാരും ചേർന്ന് ചെറുകിട വ്യാപാരികളെ ഭീഷണിപ്പെടുത്തി ടൗൺഹാളിലെ പരിപാടിക്കായി നിർബന്ധപിരിവുകൾ നടത്തുന്നുണ്ടെന്നും ഉദ്യോഗസ്ഥന്മാരുടെ നിർബന്ധ പിരിവിനെതിരായി മറ്റന്നാൾ കളക്ടറേറ്റ് പടിക്കൽ വ്യാപാരി-വ്യവസായി യൂത്ത് വിംഗിന്റെ ആഭിമുഖ്യത്തിൽ ഒരു ധർണ്ണ പരിപാടിയുണ്ടെന്നും അറിഞ്ഞപ്പോൾ എന്നിൽ ആവേശം കത്തിയാളി. എങ്കിലും മുൻസംഭവത്തിന്റെ നീർച്ചുഴിയിൽനിന്നും ഉരുത്തിരിഞ്ഞ അസ്വസ്ഥതയുടെ ആലസ്യം

മനസ്സിനേയും ശരീരത്തേയും കീഴ്പ്പെടുത്തിയിരുന്നു. ഓഫീസിൽനിന്നും വീട്ടിലേക്ക് യാത്രയായി.

അതിവേഗത്തിൽ പാഞ്ഞുകൊണ്ടിരുന്ന കാറിന്റെ സൈഡ്ഗ്ലാസിലൂടെ ദൃശ്യമായിരുന്ന പരിസരഭംഗി തന്റെ മനസ്സിന് കുളിരേകിയില്ല. സായാഹ്ന സവാരിക്കിറങ്ങിയ ചെങ്കതിരോൻ തിരമാലകളുമായി ശൃംഗരിക്കുന്ന കാഴ്ചപോലും അരോചകമായി തോന്നി. ഇളം കാറ്റു വന്ന് കുസൃതി പറഞ്ഞപ്പോൾ അസ്വസ്ഥതയുടെ ആവരണങ്ങൾ ഇളകിയാടി. ചിന്തകൾ 'കിളിമാസ്' കളിക്കുന്നതിനിടയിൽ കാർ പോർട്ടിക്കോയിൽ എത്തി. മണിക്കുട്ടി വാതിൽക്കൽ ചിരിച്ചുകൊണ്ട് പ്രത്യക്ഷപ്പെട്ടു. ഡ്രസ്സ് മാറുന്നതിന് തന്നെ സഹായിച്ചശേഷം മണിക്കുട്ടി അടുക്കളയിലേക്ക് പോയി. ക്ഷീണിതനായ താൻ ബെഡ്ഡിൽ ആശ്വാസം കണ്ടെത്തി. അപ്പോഴാണ് ഊട്ടിയിൽ ബോർഡിംഗിൽ പഠിക്കുന്ന മകന്റെ പ്രോഗ്രസ്സ് റിപ്പോർട്ട് ബെഡ്ഡിൽ കിടക്കുന്നത് ദൃശ്യമായത്. ആകാംക്ഷാപൂർവ്വം അതെടുത്ത് നോക്കി. നിരാശയായിരുന്നു ഫലം. ഒന്നു മുതൽ ആറുവരെയുള്ള ക്ലാസ്സുകളിൽ എല്ലാ പരീക്ഷയിലും ഒന്നാം റാങ്കു നേടിയിരുന്ന അവൻ ഏഴാം ക്ലാസ്സിൽ എത്തിയപ്പോൾ പിന്നോക്കം പോയ്ക്കൊണ്ടിരിക്കുന്നു. അവൻ ക്ലാസ്സിൽ കൂടുതൽ ടോക്കറ്റീവ് ആയിരിക്കുന്നു എന്ന് ക്ലാസ്സ് മാസ്റ്റർ റിപ്പോർട്ട് എഴുതിയിരിക്കുന്നു. എന്തെല്ലാം പ്രതീക്ഷകളായിരുന്നു അവനെ കുറിച്ച് മോഹന സങ്കല്പങ്ങൾ തകർന്നു വീഴുകയാണോ!

"വിജയേട്ടാ... വരൂ, കാപ്പി കുടിച്ചതിനുശേഷമാകാം വിശ്രമം." പ്രിയപത്നിയുടെ സ്നേഹപൂർണ്ണമുള്ള ക്ഷണം. നിരസിക്കുവാൻ സാധിക്കുകയില്ലല്ലോ. കാപ്പി കഴിച്ചതിനുശേഷം ഡ്രോയിങ്ങ് റൂമിലെ സോഫയിൽ വന്നിരുന്ന് അന്ന് വന്ന വീക്കിലികൾ അലക്ഷ്യമായി മറിച്ചു നോക്കിക്കൊണ്ടിരുന്നു. മണിക്കുട്ടി മകന്റെ പ്രോഗ്രസ്സ് റിപ്പോർട്ടുമായി അടുത്തു വന്നിരുന്നു.

"കണ്ടില്ലേ മകന്റെ പ്രോഗ്രസ്സ് റിപ്പോർട്ട്. ലാളിച്ച് ലാളിച്ച് അവൻ വഷളായിരിക്കുന്നു."

താൻ ഒന്നും മറുപടി പറഞ്ഞില്ല.

"ക്ലാസ്സ് മാസ്റ്റർ എഴുതിയിരിക്കുന്നതു കണ്ടില്ലേ, എന്താ ഒന്നും മിണ്ടാതിരിക്കുന്നത്, മകനെ ലാളിക്കുമ്പോൾ ഓർമ്മിക്കേണ്ടതായിരുന്നു." അവൾ തുടർന്ന് പറഞ്ഞുകൊണ്ടേയിരുന്നു. പെട്ടന്നാണത് സംഭവിച്ചത്. എല്ലാ അസ്വസ്ഥതകളും ചേർന്നുരുകിയ ലാവ തന്റെ മനസ്സിനെ ഒരു അഗ്നിപർവ്വതമാക്കി മാറ്റി. മണിക്കുട്ടിയുടെ തുടരെത്തുടരെയുള്ള

ചോദ്യശരങ്ങളാൽ ഏറ്റ വിജൃംഭനം കൊണ്ട് ആ അഗ്നിപർവതം പൊട്ടിത്തെറിച്ച് നാലുപാടും ചിന്നിച്ചിതറി. 'ഠേ' തന്റെ കരങ്ങൾ മണിക്കുട്ടിയുടെ കരണത്ത് പതിച്ചു. മകനെ ലാളിക്കുന്നതിൽ ഞങ്ങൾ രണ്ടുപേരും പിന്നിലായിരുന്നില്ല. പരീക്ഷയിൽ അവൻ പിന്നോക്കം പോയപ്പോൾ അതിനുള്ള ഉത്തരവാദിത്വം മുഴുവൻ തന്റെ തലയിൽ വയ്ക്കു വാനുള്ള നടപടി തന്നെ തീർത്തും രോഷാകുലനാക്കി. താൻ ചെയ്തത് തെറ്റാണെന്ന് തോന്നി. പ്രവൃത്തിക്കുശേഷം വിവേകമുദിച്ചിട്ടെന്തു ഫലം. കരഞ്ഞുകൊണ്ടിരുന്ന മണിക്കുട്ടിയെ ആശ്വസിപ്പിക്കുവാൻ ശ്രമിച്ചു. ഫലമുണ്ടായില്ല. അവൾക്ക് വാശിയും വൈരാഗ്യവും കൂടിയതേയുള്ളൂ.

"ഞാനെന്റെ വീട്ടിൽ പോവുകയാണ്. ഇനി ഒരു നിമിഷം ഞാനിവിടെ നിൽക്കുകയില്ല.'' അവൾ ബ്രഹ്മാസ്ത്രമെടുത്ത് പ്രയോഗിച്ചു. തന്റെ ദുരഭിമാനം ആ ബ്രഹ്മാസ്ത്രത്തെ തടയുവാൻ തന്നെ അനുവദിച്ചില്ല.

"എന്നാൽ പോയ്ക്കോളൂ, ഡ്രൈവറെ വിളിക്കാം.'' ഞാൻ പറഞ്ഞു.

മണിക്കുട്ടിയെ അവളുടെ വീട്ടിൽ കൊണ്ടു ചെന്നാക്കിയശേഷം ഡ്രൈവർ കാർ തിരിച്ചുകൊണ്ടുവന്ന് ഗ്യാരേജിൽ കൊണ്ടിട്ട് കീ തന്നെ ഏല്പിച്ചതും അലസോരപ്പെടുത്തുന്ന നൊമ്പരങ്ങളുമായി താൻ ബെഡ്ഡിൽ കിടന്നതും ഓർമ്മയുണ്ട് എന്നിട്ടവൾ ഇപ്പോൾ തന്റെ മുമ്പിൽ കാപ്പിയു മായി വന്നു നിൽക്കുന്നു. പുതപ്പു മാറ്റി എഴുന്നേറ്റപ്പോൾ മണിക്കുട്ടിയുടെ കിലുകിലാരവം അടുക്കളയിൽ മുഴങ്ങുന്നത് കേട്ടു. ഉറക്കം വിട പറഞ്ഞ പ്പോൾ കാര്യങ്ങളുടെ സത്യസ്ഥിതി മനസ്സിലായി. ജാള്യത തോന്നി. ഒപ്പം നേരിയ ഒരു ചിരി മനസ്സിലൂറി വന്നു. താൻ കണ്ടത് ഒരു പുലർകാല ദുഃസ്വപ്നമായിരുന്നു. ഇന്നലെ രാത്രി മണിക്കുട്ടീടെ നിറഞ്ഞ വയറിൽ തലോടി പിറക്കുവാൻ പോകുന്ന ആദ്യത്തെ കൺമണിയെക്കുറിച്ച് മോഹനസങ്കല്പങ്ങൾ നെയ്തതും, മറ്റു വിശേഷങ്ങൾ പറയുന്നതിനിടയിൽ ഊട്ടിയിൽ ബോർഡിംഗിൽ പഠിക്കുന്ന തന്റെ ഏറ്റവും ഇളയ അനുജന്റെ പ്രോഗ്രസ്സ് റിപ്പോർട്ട് വന്ന കാര്യം അവൾ തന്നോട് പറഞ്ഞതും, വ്യാപാ രിസംഘടനയുടെ സെക്രട്ടറിയായി താൻ തിരഞ്ഞെടുക്കപ്പെട്ട വിവരം അവളെ അറിയിച്ചതും ഇപ്പോൾ വ്യക്തമായി ഓർമ്മിക്കുന്നു.

"വിജയേട്ടൻ ഇന്ന് തിമിർത്തുറങ്ങിയല്ലോ.''

കാപ്പിയുമായി മുന്നിൽ വന്ന മണിക്കുട്ടിയുടെ നിറ വയറ്റിൽ ചുംബി ച്ചുകൊണ്ട് ഞാനെന്റെ ദിനകൃത്യങ്ങൾക്ക് തുടക്കമിട്ടു.

സ്മരണകൾ-സ്വപ്നങ്ങൾ

വീണ്ടും പ്രഭാതം പൊട്ടിവിടർന്നിരിക്കുന്നു. മന്ദസമീരന്റെ താളത്തിനനുസരിച്ച് ഒഴുകിയെത്തിയ ആകാശനൗകയുടെ കിളികൊഞ്ചലിലൂടെ, ഇളം വെയിലിന്റെ ആലിംഗനത്താൽ ഹർഷപുളകിതയായ ഇളം നാമ്പുകളിലൂടെ, ദിനകൃത്യങ്ങൾക്ക് ഹരിശ്രീ കുറിച്ചുകൊണ്ട്. കൊഴിഞ്ഞുപോയ ഇലകൾ പോലെതന്നെ ഇന്നും എന്തെല്ലാം സംഭവങ്ങളെയാണാവോ നേരിടേണ്ടി വരുന്നത്. ഒരു പോലീസ് സബ്ഇൻസ്പെക്ടറുടെ ജീവിതം ഇത്രത്തോളം ഭാരമേറിയതാണെന്ന് കരുതിയിരുന്നില്ല. വിദ്യാർത്ഥിയായിരിക്കുമ്പോൾ തന്നെ തന്റെ മനസ്സിൽ മൊട്ടിട്ട ഒരു ആഗ്രഹമായിരുന്നു അത്. കാക്കി ഡ്രസ്സും പി ക്യാപ്പും ധരിച്ച് ജീപ്പിൽ ഗമയിൽ ഉള്ള ആ യാത്ര. മറ്റുള്ളവർ ഭയഭക്തിയോടെ നോക്കി നില്ക്കുന്ന കാഴ്ച. ഒരു ത്രില്ല് തന്നെ. സംശയമില്ല. പഠനം പൂർത്തിയാക്കിയപ്പോൾ തന്റെ അച്ഛൻ പലപ്പോഴും തന്നോട് പറഞ്ഞതാണ് അദ്ദേഹം തുടങ്ങി വച്ച വ്യാപാരസ്ഥാപനത്തിന്റെ നടത്തിപ്പിൽ അദ്ദേഹത്തെ സഹായിക്കുവാൻ. എന്തോ പോലീസ് ഇൻസ്പെക്ടറുടെ ഗമ വ്യാപാരിക്ക് ഉണ്ടാവുകയില്ല എന്ന ആ തോന്നൽ അച്ഛനെ അനുസരിക്കുവാൻ തന്നെ അനുവദിച്ചില്ല. തന്റെ ആഗ്രഹം സഫലീകരിച്ചു. താൻ ഒരു പോലീസ് ഇൻസ്പെക്ടറായി. പക്ഷേ ജോലി ആരംഭിച്ചപ്പോഴാണ് ഈ പണിക്ക് വരേണ്ടിയിരുന്നില്ല എന്ന് തോന്നിയത്. ഗമയും പത്രാസുമെല്ലാം ഉണ്ടെങ്കിലും വിശ്രമമില്ലാത്ത ജീവിതം. കലികാലമല്ലെ. അക്രമങ്ങൾ പെരുകുമെന്ന് പുരാണം പറയുന്നു. അപ്പോൾ ആക്രമങ്ങളെ അമർച്ച ചെയ്യേണ്ട ഒരു ഉദ്യോഗസ്ഥന്റെ സ്ഥിതിയെന്താണെന്ന് ഊഹിച്ചാൽ

അറിയാമല്ലോ. ഇരുപത്തിനാലു മണിക്കൂറും ജാഗരൂകരായിരിക്കണം. കഷ്ടം തന്നെ.

ഫോൺബെൽ ശബ്ദിച്ചപ്പോൾ ചിന്തകൾക്ക് വിരാമമിട്ടു. സംഭവങ്ങളുടെ തുടക്കത്തിന്റെ മണിനാദം. ഫോണെടുത്ത് സംസാരിച്ചു. സ്റ്റേഷനിൽ നിന്നാണ്. തമിഴ്നാട് പോലീസ് ഒരു കള്ളനേയും കൊണ്ടു വന്നിരിക്കുന്നു. പ്രമാദമായ ഒരു കേസിലെ പ്രതി. കോയമ്പത്തൂരിൽ വന്ന ഒരു വിദേശ ടൂറിസ്റ്റിൽനിന്നും ഡോളറുകൾ മോഷ്ടിക്കുകയും ആ ഡോളർ ഉപയോഗിച്ച് ആലപ്പുഴയിൽ വന്ന് സ്വർണ്ണ ഉരുപ്പടികൾ വാങ്ങുകയും പ്രസ്തുത ഉരുപ്പടികൾ ഇവിടത്തെ ഒരു സ്വർണ്ണക്കടയിൽ വിറ്റ് പണം വാങ്ങുകയും ചെയ്ത ഒരു കേസ്. സ്വർണ്ണക്കടയിൽ വിറ്റ തൊണ്ടി കണ്ടെടുക്കണം. ഇതിന് തമിഴ്നാട് പോലീസിന് ഇവിടത്തെ പോലീസിന്റെ സഹായം വേണം. രണ്ടു പോലീസുകാരെ അവരുടെ കൂടെ പറഞ്ഞയയ്ക്കുവാൻ കമ്മീഷണർ എസ്.ഐ യോട് നിർദ്ദേശിച്ചു. ഉടനെതന്നെ താൻ സ്റ്റേഷനിലേക്ക് വരുന്നതാണെന്ന് അറിയിക്കുകയും ചെയ്തു. താൻ സ്റ്റേഷനിൽ എത്തിയപ്പോഴേക്കും തമിഴ്നാട് പോലീസും ലോക്കൽ പോലീസും സ്വർണ്ണക്കടക്കാരനെ സ്റ്റേഷനിൽ കൊണ്ടുവന്നിരിക്കുന്നു.

"ആര്, രാമേട്ടനോ" താൻ അറിയാതെ പറഞ്ഞുപോയി. രാമേട്ടനെ ഈ നിലയിൽ കണ്ടപ്പോൾ എന്തോ ഒരു അസ്വാസ്ഥ്യം തന്നെ ബാധിക്കുന്നു, എന്നൊരു സംശയം.

"രാമേട്ടാ... എന്താണിത്?"... താൻ ചോദിച്ചു.

"ഒന്നും പറയേണ്ട കുഞ്ഞേ... ഞാൻ ഹോട്ടൽ കച്ചവടം നിർത്തി. നല്ല മേൽവട്ടം കിട്ടിയപ്പോൾ സ്വർണ്ണവ്യാപാരത്തിനുവേണ്ടി കൈമാറുകയും ആ വ്യാപാരത്തിൽ പങ്ക് ചേരുകയും ചെയ്തു. പക്ഷേ, ഒരിക്കലും കളവുമുതൽ ഞാൻ വാങ്ങിയിട്ടില്ല. സ്വർണ്ണ ഉരുപ്പടികൾ മറ്റുള്ളവരിൽ നിന്ന് വാങ്ങുന്ന സമ്പ്രദായം എന്റെ കടയിലില്ല. എന്നെ രക്ഷിക്കണം കുട്ടീ. കള്ളന്മാരുടെ വാക്കു കേട്ട് എന്നെ ശിക്ഷിക്കരുത്.".. രാമേട്ടൻ വിതുമ്പുകയായിരുന്നു. രാമേട്ടന്റെ ദയനീയമായ അവസ്ഥ തന്റെ ഹൃദയത്തിൽ പോറലുകൾ സൃഷ്ടിച്ചു.പക്ഷേ, ഒരു പോലീസ് ഓഫീസർ ഒരിക്കലും ദുർബലനാകുവാൻ പാടില്ലല്ലോ. തമിഴ്നാട് ഇൻസ്പെക്ടർ രാമേട്ടനെ ചോദ്യം ചെയ്യുവാൻ തുടങ്ങി. താൻ നിശ്ശബ്ദനായിരുന്നു. റൂമിന് പുറത്ത് ജനങ്ങളുടെ കാലൊച്ച പെരുകി വന്നു. അടക്കിപ്പിടിച്ച സംഭാഷണങ്ങൾ ഉയർന്നു പൊങ്ങുവാൻ തുടങ്ങി. എന്താണത്? പട്ടണത്തിലെ സ്വർണ്ണവ്യാപാരികൾ എല്ലാം സ്റ്റേഷനിലെത്തിയിരിക്കുന്നല്ലോ. കൂടെ വ്യാപാരി സംഘടനാ ഭാരവാഹികളും.

അവർ തന്റെ മുന്നിൽ പരാതി പറഞ്ഞു. "രാമേട്ടൻ സത്യസന്ധനാണ്. ഒരിക്കലും അയാൾ സ്വർണ്ണ ഉരുപ്പടികൾ പുറമേ നിന്ന് കൊണ്ടുവരുന്നതിൽ നിന്ന് വാങ്ങുകയില്ല. അത് പൂർണ്ണമായും മനസ്സിലാക്കിയാണ് ഞങ്ങൾ ഇക്കാര്യത്തിൽ ഇടപെടുന്നത്. അധർമ്മത്തിന് ഞങ്ങൾ കൂട്ടു നിൽക്കുകയില്ല. ഒരു നിർദോഷിയെ ശിക്ഷിക്കുവാൻ ഞങ്ങൾ സമ്മതിക്കുകയില്ല. രാമേട്ടനെ നേരിൽ അറിയാവുന്ന തനിക്കും അത് വാസ്തവമാണെന്ന് തോന്നി. പക്ഷേ തമിഴ്നാട് ഇൻസ്പെക്ടർ വിടുന്ന ലക്ഷണമില്ല.

"കള്ളൻ ചൂണ്ടിക്കാണിച്ച തന്ന കട അയാളുടേതാണ്. തൊണ്ടി അവിടെ ഇല്ലെങ്കിൽ അത്രയും സ്വർണ്ണം കട ഉടമസ്ഥൻ പകരം നൽകണം. കേസിൽ സാക്ഷിയാകും. അല്ലെങ്കിൽ അയാളെ കേസിൽ പ്രതിയാക്കി കോയമ്പത്തൂരിലേക്ക് കൊണ്ടു പോകേണ്ടി വരും. ഏതെങ്കിലും ഒന്നിന് സമ്മതിച്ചേ മതിയാകൂ. നിയമം അനുശാസിക്കുന്നത് അത്തരത്തിലാണ്." തമിഴ്നാട് ഇൻസ്പെക്ടർ ദൃഢസ്വരത്തിൽ ആജ്ഞാപിച്ചു.

നോക്കണേ നീതിനിർവ്വഹണത്തിന്റെ ഗതി. തെറ്റ് ചെയ്തിട്ടുണ്ടെങ്കിൽ കേസൊതുക്കുവാൻ പലരും പലതും ചെയ്യും. പക്ഷേ, തെറ്റ ചെയ്യാതെ ശിക്ഷയനുഭവിക്കുവാൻ അഭിമാനികൾക്ക് സാദ്ധ്യമല്ല. രാമേട്ടൻ തെറ്റ ചെയ്തിട്ടില്ല എന്ന പൂർണ്ണബോദ്ധ്യം അയാൾക്കുള്ളതുകൊണ്ട് അയാൾ ഒന്നിനും വഴങ്ങുന്ന ലക്ഷണമില്ല. താൻ ത്രിശങ്കു സ്വർഗ്ഗത്തിലായി. രാമേട്ടനെ രക്ഷിക്കുവാൻ എന്താണൊരു വിദ്യ. പോലീസ് സൂപ്രണ്ടിനെ കണ്ട് പരാതി പറയുവാൻ വ്യാപാരി സംഘടനാ പ്രതിനിധികൾ ശ്രമിക്കണമെന്ന് തന്റെ സതീർത്ഥ്യനായ ഒരു യുവവ്യാപാരിയോട് രഹസ്യമായി താൻ നിർദ്ദേശിച്ചു. അതനുസരിച്ചാണെന്നു തോന്നുന്നു അവർ സൂപ്രണ്ടിനെ കാണുവാൻ പോയി. തന്റെ നയനങ്ങൾ ജലാർദ്രങ്ങളായിരുന്നു. രാമേട്ടന്റേയും. കണ്ണുകൾ കഥകൾ കൈമാറി.

താൻ സ്കൂളിൽ പഠിക്കുന്ന കാലം, ആറാം സ്റ്റാൻഡേർഡിൽ. ഒരു ദിവസം അച്ഛൻ കടയടച്ച് വീട്ടിലേക്ക് വന്ന സമയത്ത് താൻ തീൻമേശയ്ക്ക് മുന്നിലിരുന്ന് അമ്മയുമായി വഴക്കിടുകയായിരുന്നു.

"എനിക്ക് മതി അമ്മേ... നിർബന്ധിക്കരുത്... എനിക്ക് വിശപ്പില്ല." താൻ ദൈന്യതയോടെ അമ്മയോട് പറഞ്ഞു.

"ഹാ... അവന് വിശപ്പ കാണുകയില്ല...

ഇപ്പോൾ സ്കൂളിൽ പോയിരുന്ന് ബിസ്ക്കറ്റും മിഠായിയും വാങ്ങിത്തിന്നുകയാണല്ലോ അവന്റെ ജോലി." അച്ഛൻ ആരോടെന്നില്ലാതെ

പറയുന്നുണ്ടായിരുന്നു.

അത് ഒരു ഇടിമുഴക്കത്തിന്റെ തുടക്കം മാത്രമായിരുന്നു. കൈകഴുകി വന്ന തന്നെ അച്ഛൻ വിളിച്ചു. ചോദ്യം ചെയ്യൽ ആരംഭിച്ചു.

“നീ ഇന്ന് സ്കൂളിന്റെ അടുത്തുള്ള കടയിൽ നിന്ന് ധാരാളം മിഠായി വാങ്ങി എന്ന് കേട്ടല്ലോ. ദിവസവും ഹോട്ടലിൽ കയറി ഭക്ഷണം കഴിക്കാറുണ്ടല്ലോ... ഇതിനുള്ള കാശ് നിനക്ക് എവിടെനിന്നു കിട്ടുന്നു?... കട്ടെടുക്കുകയാണല്ലെ. ദിവസവും എന്റെ പേഴ്സിൽ പണം കുറയുന്നുണ്ട്.”

“ഇല്ലച്ഛാ... ഞാൻ പേഴ്സിൽനിന്ന് പണമെടുത്തിട്ടില്ല. അലമാരയിൽ ഇരുന്നിരുന്ന എട്ടണ ഇന്ന് ഞാൻ എടുത്തത് ശരിയാണ്. അല്ലാതെ വേറെ പണമൊന്നും ഞാൻ ഒരിക്കലും എടുത്തിട്ടില്ല.”

താൻ നുണ പറയുകയാണെന്ന് കരുതി അച്ഛൻ ചൂരലെടുത്ത് തന്നെ അടിക്കുവാൻ തുടങ്ങി.

അത്തരം ഒരു സാഹചര്യത്തിൽ സത്യം പറഞ്ഞാലും രക്ഷയില്ലല്ലോ. ചോദ്യം ചെയ്യലും ശകാരവും അടിയും ഉപദേശവും തുടർന്നു. അച്ഛന്റെ സ്വഭാവം നല്ലതുപോലെ അറിയാവുന്ന കുടുംബാംഗങ്ങളെല്ലാം നിശ്ശബ്ദരായി എല്ലാം കണ്ടു നിന്നു. താൻ തളർന്നു. കൂടെ അച്ഛനും. അതുവരെ താൻ അച്ഛന്റെ കൂടെയാണ് കിടന്നുറങ്ങാറ് പതിവ്. പക്ഷേ, അന്നു മുതൽ ആ പതിവ് മാറ്റി. താൻ തനിയെ മാറി കിടന്നു. പിറ്റേ ദിവസം സ്കൂളിൽ പോകുന്നതിന് മുമ്പ് കുളിക്കുവാൻ തയ്യാറായി എണ്ണ പുരട്ടിയപ്പോൾ കാലിലും കയ്യിലും വല്ലാത്ത നീറ്റം. കാലിൽ അടിയുടെ പാടുകൾ തെളിഞ്ഞു കാണുന്നു.

അപ്പോഴേക്കും തന്റെ സ്കൂൾ ചങ്ങാതി തന്നെ വിളിക്കുന്നതിനായി എത്തിക്കഴിഞ്ഞിരുന്നു. വലിയ ഒരു മുതലാളിയുടെ ഏക മകനാണ് അവൻ. ആ ചങ്ങാതിയുമൊത്താണ് താൻ സ്കൂളിൽ പോകുന്നതും, വരുന്നതും, കളിക്കുന്നതും എല്ലാം. അവൻ ദിവസവും പണം കൊണ്ടു വരാറുണ്ട്. മിഠായിയും ഐസ്ഫ്രൂട്ടും എല്ലാം വാങ്ങി ഞങ്ങൾ ഒരുമിച്ച് കഴിക്കാറുണ്ട്. അങ്ങനെയിരിക്കുമ്പോഴാണ് ഇന്നലെ അലമാരയിൽ ഇരുന്ന എട്ടണ താൻ എടുത്തുകൊണ്ടുപോയി മിഠായി വാങ്ങിയതും കൂട്ടുകാരനുമൊത്ത് പങ്കിട്ടതും. അത് ഒരു കളവാണെന്ന് താൻ കരുതിയിരുന്നില്ല. അച്ഛനെങ്ങിനെയാണ് അതറിഞ്ഞതെന്ന് തനിക്ക് മനസ്സിലായില്ല. എന്തോ അച്ഛൻ തന്നെ ഏൽപിച്ച പ്രഹരം താൻ വാക്കുകളാൽ ചങ്ങാതിയെ തിരിച്ചേൽപ്പിച്ചു.

“ഇനി ഒരിക്കലും തന്റെ കൂട്ടിന് ഞാനില്ല. നമ്മൾക്കിവിടെ പിരിയാം. താൻ കാരണമാണ് എനിക്ക് അടി കിട്ടുവാൻ സംഗതിയുണ്ടായത്.”

അന്നു മുതൽ ഞങ്ങളുടെ ചങ്ങാത്തം അവസാനിച്ചു. എന്തിനും തനിക്ക് ഒരു പേടി. എന്തെങ്കിലും അബദ്ധം ചെയ്താൽ അച്ഛനറിയുമോ എന്നൊരു തോന്നൽ. അത് നല്ല വഴിക്കുള്ള തന്റെ ജീവിതത്തിന്റെ തുടക്കമായിരുന്നു. തന്റെ ജീവിതവിജയത്തിന്റെയും. ദിവസങ്ങൾ കഴിഞ്ഞപ്പോൾ താൻ തന്റെ കടയിലെ ജോലിക്കാരിൽനിന്നും ഒരു സത്യം മനസ്സിലാക്കി. അച്ഛന്റെ കടയുടെ അടുത്തുള്ള ഒരു കച്ചവടക്കാരനാണ് അച്ഛനോട് താൻ മിഠായി വാങ്ങിയ കഥ പറഞ്ഞതെന്ന്. കണ്ടപ്പോൾ അയാളെ മനസ്സിലായി. താൻ മിഠായി വാങ്ങാൻ ചെന്നപ്പോൾ അയാൾ അവിടെ നിൽപുണ്ടായിരുന്നു. അയാൾ തന്നോട് ചോദിക്കുകയും ചെയ്തു എന്തിനാണ് ഇത്രയധികം മിഠായി വാങ്ങിക്കുന്നതെന്ന്. താൻ ഒരു നുണ പറഞ്ഞു. വീട്ടിൽ കൊണ്ടു പോകാനാണെന്ന്. അവിടെയാണ് തെറ്റു പറ്റിയത്. മിഠായി മൊത്തവ്യാപാരം നടത്തുന്ന ഒരാളുടെ മകന് വീട്ടിലേക്ക് മിഠായി വാങ്ങിക്കൊണ്ടു പോകേണ്ട കാര്യമില്ലെന്ന് അയാൾ മനസ്സിലാക്കിയിരിക്കും. കൂട്ടുകെട്ടുകൾ മൂലം കുട്ടികൾ ചീത്തയാകരുതെന്ന് കരുതിയാണ്, താൻ ആരാണെന്ന് മനസ്സിലാക്കിയ അയാൾ അച്ഛനോട് ചെന്ന് വിവരം പറഞ്ഞത്.

അതറിഞ്ഞ ഉടനെ എനിക്കയാളോട് വെറുപ്പായിരുന്നു. പക്ഷേ, കാര്യങ്ങൾ മനസ്സിലാക്കുവാൻ പ്രായമായപ്പോൾ ആ മനുഷ്യനോട് എനിക്കാദരവ് തോന്നി. എന്റെ ജീവിതം നല്ല വഴിയിലാക്കുന്നതിന് സഹായിച്ച ഒരു വ്യക്തിയായി മാത്രമെ പിന്നീട് തനിക്ക് അദ്ദേഹത്തെ കാണുവാൻ സാധിച്ചിട്ടുള്ളൂ. ആ മനുഷ്യനാണ് ഇപ്പോൾ തന്റെ മുന്നിൽ ഒരു കള്ളനെപ്പോലെ വന്നു നിൽക്കുന്നത്.

തന്റെ എത്രയും പ്രിയപ്പെട്ട രാമേട്ടൻ! നോക്കണെ ഒരു വിധി വൈപരീത്യം. നീതിയും നിയമവും ഒരു വശത്ത്. മനുഷ്യസ്നേഹം മറു വശത്ത്. രാമേട്ടൻ നിർദോഷിയാണെന്ന് മനസ്സ് ആണയിട്ടു പറയുന്നു. രാമേട്ടന് വേണ്ട സഹായം ചെയ്യുവാൻ എനിക്ക് സാധിക്കുന്നില്ലല്ലോ. തമിഴ്നാട് പോലീസിന് ആവശ്യമായ സഹായം നൽകിയില്ലെങ്കിൽ തങ്ങൾ പല കേസുകൾക്കും തുമ്പുണ്ടാക്കുന്നതിനു വേണ്ടി തമിഴ്നാട്ടിൽ ചെല്ലുമ്പോൾ അവരിൽനിന്ന് അനുകൂലമായ പ്രതികരണം ഉണ്ടാവുകയില്ല. സംസ്ഥാനങ്ങൾ തമ്മിലുള്ള വിഷയമാണ്. എങ്ങിനെ കൈകാര്യം ചെയ്യണമെന്ന് ഒരു പിടിയും കിട്ടുന്നില്ല. അപ്പോഴേക്കും സൂപ്രണ്ടിനെ കാണുവാൻ പോയ വ്യാപാരിസംഘം വന്നു. രാമേട്ടൻ നിർദോഷിയാണെന്ന് എല്ലാവരും ഒരേ സ്വരത്തിൽ സത്യം ചെയ്ത് പറഞ്ഞതുകൊണ്ട് കേസിന്റെ സത്യസ്ഥിതി മനസ്സിലാക്കിയ അദ്ദേഹം രാമേട്ടനെ വിടുവാൻ നിർദ്ദേശിച്ചു. തമിഴ്നാട് പോലീസുകാർക്ക് അരിശം

വന്നു. പിന്നെ കാണാമെന്ന് പറഞ്ഞവർ മോഷ്ടാവിനേയും കൊണ്ട് ജീപ്പിൽ തിരിച്ചുപോയി. രാമേട്ടൻ തനിക്ക് നന്ദി പറഞ്ഞു സ്റ്റേഷനിൽ നിന്നിറങ്ങി. ഹൃദയത്തിന്റെ താളുകളിൽ പുതിയ ഒരു കവിതയെഴുതിയ പ്രതീതി. താൻ കുരുത്തം കെട്ടവനാകാതിരിക്കുവാൻ വേണ്ടി പ്രയത്നിച്ച ആ വ്യക്തിയെ ഒരു കളവുകേസുമായി ബന്ധപ്പെടുത്തുന്നതിൽ നിന്നും മോചനം നേടിക്കൊടുത്തപ്പോൾ ഉണ്ടായ സംതൃപ്തി ഒന്നു വേറെ തന്നെയാണ്. താൻ കൈകൾ കൂപ്പി ഈശ്വരനോട് നന്ദി പറഞ്ഞു.

"എന്താ ജയേട്ടൻ പ്രാർത്ഥിക്കുന്നത്?" പ്രിയ പത്നിയുടെ ചോദ്യം കേട്ടാണ് താൻ ഞെട്ടിയുണർന്നത്. സൂര്യകിരണങ്ങൾ മുറിയിലേക്ക് എത്തിനോക്കുവാൻ തുടങ്ങിയിരിക്കുന്നു. താൻ സ്വപ്നം കാണുകയായിരുന്നോ?. യാഥാർത്ഥ്യത്തിലേക്ക് മടങ്ങിയപ്പോൾ പൊട്ടിച്ചിരിക്കണമെന്ന് തോന്നി. ഇന്നലെ രാത്രി ഉറങ്ങാൻ കിടന്നപ്പോൾ ഭാര്യയുമായി സൊറ പറഞ്ഞ വിശേഷങ്ങൾ. അത് സത്യസന്ധനും നിർദോഷിയുമായ ഒരു സ്വർണ്ണവ്യാപാരിയെ കള്ളക്കേസിൽ കുടുക്കുന്നതിൽനിന്നും താനും സുഹൃത്തുക്കളും ചേർന്ന് രക്ഷപ്പെടുത്തിയ കഥ.

സായാഹ്നത്തിൽ താൻ പഠിച്ച സ്കൂളിന്റെ ശതാബ്ദിയാഘോഷങ്ങൾക്കു വേണ്ടി അദ്ധ്യാപകരും സുഹൃത്തുക്കളുമൊരുമിച്ച് പിരിവിനിറങ്ങിയപ്പോൾ, അച്ഛന്റെ സുഹൃത്തായ രാമേട്ടന്റെ കടയിൽ കയറിയതും സ്കൂൾ ജീവിതത്തിലെ തന്റെ മിഠായിക്കേസ് ഇരുവരും അയവിറക്കിയതും സ്കൂളിലെ സ്കൗട്ട് ലീഡറും കോളേജിലെ എൻ.സി.സി. സീനിയർ അണ്ടർ ഓഫീസറുമായിരുന്ന താൻ പോലീസ് ഉദ്യോഗത്തിനായി വെമ്പിയത്. അവസാനം പിതാവിന്റെ നിർബന്ധത്തിനു വഴങ്ങി അദ്ദേഹം തുടങ്ങിവച്ച വ്യാപാരത്തിൽ ഏർപ്പെട്ടത്. എന്തെല്ലാം എന്തെല്ലാം സംഭവങ്ങൾ. ഇതായിരുന്നോ, ആ സ്വപ്നത്തിന്റെ ഗർഭകാരണം. സ്വപ്നങ്ങളുടെ ജനനം എത്ര സുന്ദരമാണ്. അവ മനുഷ്യനെ പൂർണ്ണനാക്കുന്നു. സ്വപ്നങ്ങളെ ... നിങ്ങൾക്ക് നന്ദി.

ഉത്രാടസന്ധ്യ

കാലവർഷത്തിന്റെ ദൃഢാലിംഗനത്തിൽനിന്നും കുതറിയോടുവാൻ വെമ്പൽകൊള്ളുന്ന ചിങ്ങമാസത്തിലെ ഉത്രാടം നാളിൽ, രാത്രിഞ്ചരനായ ശശാങ്കൻ, മേഘപാളികളിലൂടെ ഒളിഞ്ഞും തെളിഞ്ഞും തന്റെ കാമുകീ സമാഗമത്തിനുള്ള പ്രയാണം തുടരുന്നു. ഓണക്കോടിയുമുടുത്ത്, പൂത്താലവുമേന്തി, മാവേലിമന്നന്റെ വരവേൽപിനായി അണിഞ്ഞൊരുങ്ങി നിൽക്കുന്ന കൈരളി ഒരു അപ്സരസ്സിനെപ്പോലെ ലാസ്യവതിയായിരിക്കുന്നു. അതിശീഘ്രം പാഞ്ഞുപോകുന്ന കാറിന്റെ പിൻസീറ്റിൽ എന്റെ മുഖപത്മം നുകരുവാൻ മഴത്തുള്ളികൾ വണ്ടത്താൻമാരെപോലെ പറന്നെത്തി. ശല്യം സഹിക്കവയ്യാതെയായപ്പോൾ ബേക്ക് ഡോറിന്റെ ഗ്ലാസ്സുയർത്തി അവയിൽനിന്നും രക്ഷപ്പെട്ട് ചരിഞ്ഞിരുന്നു.

ഉത്രാടസന്ധ്യക്ക് രോമാഞ്ചകഞ്ചുകമണിയിച്ചുകൊണ്ട് വ്യാപാരികൾ സംഘടിപ്പിച്ച പൊതുസമ്മേളനത്തിൽ രാജൻ ചെയ്ത ആവേശോജ്ജ്വലമായ പ്രസംഗത്തിന്റെ അലയടികൾ ഇപ്പോഴും മുഴങ്ങിക്കേൾക്കുന്നു. ആ പ്രസംഗ പ്രവാഹത്തിന്റെ തിരതള്ളലിൽപെട്ട് അദ്ധ്യക്ഷവേദിയിലിരുന്ന ഞാനും മറ്റു ശ്രോതാക്കളോടൊപ്പം അലിഞ്ഞ് അലിഞ്ഞ് ഒന്നുമല്ലാതായിത്തീർന്നു. അതുവരെ രാഷ്ട്രീയക്കാരുടേയും ഉദ്യോഗസ്ഥന്മാരുടേയും അവരൊത്തുചേരുന്ന സർക്കാരിന്റേയും ജല്പനങ്ങളിൽ വിശ്വസിച്ച്, രാജ്യത്തിന്റെ സമ്പദ്ഘടന ഉറച്ചതാക്കുവാൻ പ്രയത്നിക്കുന്ന വ്യാപാരികളെ, കൊള്ളക്കാർ എന്ന് വിളിച്ച പൊതുജനങ്ങൾ പ്രസ്തുത വ്യാജപ്രചാരകരാണ് പൊതുജനങ്ങളെ ചൂഷണം ചെയ്തുകൊണ്ടിരിക്കുന്നതെന്നും. അവരുടെ കുൽസിത പ്രവൃത്തിക്ക് മുഖാവരണം

ചാർത്തുവാനാണ് വ്യാപാരികളെ കൊള്ളക്കാർ എന്ന് തങ്ങളെക്കൊണ്ട് വിളിപ്പിക്കുന്നതെന്നും മനസ്സിലായി. ആ ദുഷ്പ്രചാരകർക്കെതിരെ ആവേശപൂർവ്വം മുദ്രാവാക്യങ്ങൾ മുഴക്കി സമ്മേളനത്തിന് ഓജസ്സ് കൂട്ടിയ രംഗം ഇപ്പോഴും മനോമുകുരത്തിൽ തെളിഞ്ഞുനിൽക്കുന്നു.

മഹാബലിയുടെ പ്രജാക്ഷേമതല്പരത കണ്ട് പ്രജകളുടെ ഇടയിൽ തങ്ങൾക്കുള്ള സ്ഥാനം നഷ്ടപ്പെട്ടുമെന്ന് ഭയപ്പെട്ട ദേവന്മാർ, സത്യസന്ധനും, നീതിയുക്തനും, ദാനശീലനുമായ മഹാബലിയെ, അസുരവർഗ്ഗത്തിൽ പെട്ടവനെന്ന് മുദ്ര കുത്തി, അദ്ദേഹത്തിന്റെ ദാനശീലത്തെ ചൂഷണം ചെയ്ത് കെണിയിലകപ്പെടുത്തി, പാതാളത്തിലേക്ക് ചവിട്ടിതാഴ്ത്തിയ പാരമ്പര്യമാണ് ഈ രാജ്യത്തെ അധികാരവർഗ്ഗത്തിനുള്ളത്. അതിനൊരപവാദമത്രേ ഉത്രാടസന്ധ്യ. നല്ലതിനെ സ്വീകരിക്കുവാനുള്ള ജനങ്ങളുടെ തയ്യാറെടുപ്പിന്റെ പ്രതീകമായി ഉത്രാടസന്ധ്യ മാറിയിരിക്കുന്നു.

രാജന്റെ തളരാത്ത സംഘടനാ പ്രവർത്തനത്തിന്റെ തെളിവായി മാറിയ ഈ സായാഹ്നം രചിച്ച വീരേതിഹാസം സ്മൃതിമണ്ഡലത്തിൽ എന്നും തത്തിക്കളിച്ചു കൊണ്ടിരിക്കും. നഗരമദ്ധ്യത്തിലെ പ്രധാനവീഥിയിലുള്ള എന്റെ ഓഫീസ് മുറി. ബിസിനസ്സ് കാര്യങ്ങളിൽ വ്യാപൃതനായിരുന്നു ഞാൻ. "ഗുഡ്മോർണിങ്ങ് ചന്ദ്രൻ". എന്നോ കേട്ട് മറന്ന സ്റ്റൈലൻ സ്വരം ഉയർന്ന ഭാഗത്തേയ്ക്ക് എന്റെ ദൃഷ്ടികൾ പാസ്സു ചെയ്തു. തന്റെ സതീർത്ഥ്യനായ കുചേലനെ കണ്ടപ്പോൾ ശ്രീകൃഷ്ണ ഭഗവാൻ പോലും ഇത്രത്തോളം ആനന്ദം അനുഭവിച്ചിരിക്കുവാൻ ഇടയില്ല എന്നെനിക്കപ്പോൾ തോന്നി.

എന്റെ സതീർത്ഥ്യനായ രാജൻ. കലാലയജീവിതത്തിൽ എല്ലാ രംഗങ്ങളിലും ഒത്തൊരുമിച്ച് പ്രവർത്തിച്ച എന്റെ ആത്മസുഹൃത്ത്. വിദ്യാർത്ഥിനികൾക്കൊരു സ്വപ്നമായിരുന്ന സുന്ദര ദൃഢഗാത്രൻ. യുവഹൃദയങ്ങളെ പ്രകമ്പനം കൊള്ളിക്കാറുള്ള വാചാലനായ വാഗ്മി.

"വരൂ രാജാ...വർഷമെത്രയായി കണ്ടിട്ട്. എന്താ ദുബായിലായിരുന്നോ?"

"കളിയാക്കാതെ. ഞങ്ങളും ഇവിടെയൊക്കെ ജീവിച്ചുകൊള്ളട്ടെ."

രാജൻ പ്രതിവചിച്ചു.

അലക്ഷ്യമായി, എന്റെ മുന്നിലുള്ള കസേര വലിച്ചിട്ട് രാജൻ ഇരുന്നു."

"താനിപ്പോൾ എന്തു ചെയ്യുന്നെടോ." ഞാൻ ചോദിച്ചു.

"തക്ഷകൻ തന്റെ വർഗ്ഗക്കാരനാണെന്ന്, മൺവിര വീരസ്യമടിക്കുന്നതുപോലെ ഞാനും തന്റെ വർഗ്ഗക്കാരനായി മാറിയിരിക്കുന്നു. ഒരു ചെറുകിട വ്യാപാരി."

ആയിരം തലകളുള്ള അനന്തൻ പൊട്ടിച്ചിരിക്കുമ്പോഴുണ്ടാകുന്ന ശബ്ദം എന്റെ കർണപുടങ്ങളിൽ അലയ്ക്കുന്നതായി തോന്നി അപ്പോൾ. വ്യാപാരി ആകുന്നതിലും അഭികാമ്യം ക്ഷുരകവൃത്തി ചെയ്യുകയാണെന്ന്, ഒരു വ്യാപാരിയുടെ മകനായ എന്നെ ചൊടിപ്പിക്കുവാൻ രാജൻ മൊഴിയാറുള്ള രംഗം ഓർമ്മയിൽ തെളിഞ്ഞു വരുന്നു.

"എന്തു പറ്റി? ഈ മനം മാറ്റത്തിനുള്ള കാരണമെന്താണ്?"

"പറയാതിരിക്കുന്നതാണ് ഭേദം. എന്നാലും താനിതറിയേണ്ടതല്ലേ. എങ്ങിനെയെല്ലാം കളിയാക്കിയാലും ഞാനത് അനുഭവിച്ചുകൊള്ളാം. എം.എ ബിരുദവും തേടി പുറത്തിറങ്ങിയ ഞാൻ മുട്ടാത്ത വാതിലുകളില്ല. ഇപ്പോഴത്തെ പത്മനാഭ ദാസൻമാരുടേയും ലക്ഷ്മീദാസൻമാരുടേയും. അവരാരും തന്നെ എന്നെ ആരുടേയും ദാസനാക്കിയില്ല. ശ്രീപത്മനാഭനിൽ പോലും അസമത്വം കളിയാടുകയല്ലേ ധർമ്മ പരിപാലനാർത്ഥം. അനവരതം വിശ്രമമില്ലാതെ ശ്രീപത്മനാഭന്റെ ഒന്നാം കൈയിൽ തിരിഞ്ഞുകൊണ്ടിരിക്കുന്ന ചക്രായുധത്തെ നോക്കി, അദ്ദേഹത്തിന്റെ മറ്റു തൃക്കൈകളുടെ ലാളനമേറ്റ് സുഖലോലുപതയിൽ കഴിയുന്ന പത്മവും ശംഖും ഗദയും കളിയാക്കി ചിരിച്ചുകൊണ്ടിരിക്കുന്നു. വസന്തങ്ങൾ കടന്നു പോയപ്പോൾ പലതും നഷ്ടപ്പെട്ടു.

രാപകൽ അദ്ധ്വാനിച്ച് തന്നെ എം.എ കാരനാക്കിയ അച്ഛൻ. കൂടെതന്നെ സർക്കാർ ജോലിക്കുള്ള പ്രായപരിധിയും, ചുമതലകൾ ഒന്നൊന്നായി ഏറി വന്നു. പറക്കമുറ്റാത്ത സഹോദരങ്ങൾ. എന്റെ നല്ല ഭാവിക്കു വേണ്ടി സ്വപ്നം കണ്ടു കൊണ്ടിരിക്കുന്ന അമ്മ. ജോലിയൊന്നും ഇല്ലാതെ ഞാൻ എങ്ങിനെയാണ് ഈ കുടുംബത്തെ പോറ്റുക. അവസാനം കണ്ടുകിട്ടിയ മാർഗ്ഗമാണ് വ്യാപാരം. അതിനായി തന്റെ കയ്യിൽ മൂലധനമൊന്നുമില്ല. സെക്യൂരിറ്റികളോ ജാമ്യമോ എനിക്ക് വേണ്ടി ആരെങ്കിലും ബാങ്കുകളിൽ നൽകണമെന്നുണ്ടെങ്കിൽ വീണ്ടും ഉയർന്ന തലത്തിൽ ഞാൻ ജന്മമെടുക്കേണ്ടിയിരിക്കുന്നു. ചിന്തകൾ വനവാസത്തിനു പോയി. തപസ്സിരുന്നു. ബോധോദയമുണ്ടായി. സ്ത്രീധനം ഒരു ദുരാചാരമാണെന്ന് എനിക്കറിയാം. അപ്പോഴത്തെ എന്റെ അവസ്ഥയിൽ അത് ഒരു മരുപച്ചയായിരുന്നു. വിവാഹം കഴിക്കുവാൻ തീരുമാനിച്ചു. എനിക്കൊരു പെണ്ണു തരും. സൗന്ദര്യമുള്ളവരോ ഇല്ലാത്തവരോ ആയ ആരും തന്നെ ജോലിയൊന്നും ഇല്ലാത്ത എന്റെ കൂടെ ഇറങ്ങിത്തിരിക്കുവാൻ തയ്യാറാവുകയില്ല. പകൽ കണ്ട കിണറ്റിൽ രാത്രി ചെന്ന് ആരും ചാടുകയില്ലല്ലോ. ആപത്ത് വരുമ്പോൾ ദൈവത്തെ വിളിക്കുന്ന ആചാരമനുസരിച്ച് ഞാനും ദൈവത്തെ വിളിച്ചു. സന്തതിയല്ലേ. എത്ര നാൾ കഷ്ടപ്പെടുവാൻ സാധിക്കും. ദൈവം തമ്പുരാൻ

കനിഞ്ഞു. വിവാഹപ്രായമെത്തിയവരുടെ ചുറ്റും വട്ടമിട്ട് പറക്കുന്ന കഴുകന്മാർ എന്നു വിശേഷിപ്പിക്കാവുന്ന വിവാഹദല്ലാൾമാരിലൊരുവന്റെ സഹായത്തോടുകൂടി വിരൂപിയായ ഒരുത്തിയെ ഇരുപതിനായിരം രൂപയോടുകൂടി താൻ ഭാര്യയായി സ്വീകരിച്ചു. ജീവിക്കുവാൻ വേണ്ടി മാത്രം. മധുവിധുവിന്റെ മാധുര്യം നുകരുന്നതിനിടയിൽതന്നെ വ്യാപാരം ചെയ്യുവാൻ ഒരു സ്ഥലം മേൽവട്ടം കൊടുത്തു എടുത്തു. പ്രാണപ്രിയയുടെ പേരും നൽകി ഒരു പലചരക്ക് വ്യാപാരം ഉദ്ഘാടനം ചെയ്യപ്പെട്ടു. പാപി ചെല്ലുന്നിടം എല്ലാം പാതാളം എന്നു പറഞ്ഞു കേട്ടിട്ടേയുള്ളു. ഇപ്പോൾ അത് അനുഭവിക്കുന്നു. വ്യാപാരം തുടങ്ങി മൂന്നാം ദിവസം തന്നെ, മഹിഷവാഹനമേറിയ യമകിങ്കരന്മാരെ പോലെ ചിലർ ഒരു ജീപ്പിൽ കടയുടെ മുന്നിലെത്തി. മാരക വകുപ്പെന്ന് പേർ നല്കാവുന്ന സെയിൽടാക്സ് വകുപ്പുകാർ. അവരുടെ വിക്രിയകളെക്കുറിച്ച് എന്നേക്കാൾ കൂടുതൽ നിനക്കറിയാമല്ലോ. പക്ഷേ, അവ എന്നിലുണർത്തിയ പ്രതികരണത്തെക്കുറിച്ച് ഞാൻ ആരുടെ മുന്നിലും വാചാലനായി മാറുന്നു. കൊലപാതകം ചെയ്ത് ഒളിച്ചിരിക്കുന്ന പ്രതിയെ പിടികൂടുവാൻ പോലീസുകാർ വരുന്നതുപോലെയുള്ള അവരുടെ വരവ് കണ്ടപ്പോൾ ഭയവിഹ്വലനായ ഞാൻ എണീറ്റ് നിന്നുപോയി. തക്കം നോക്കി നിന്ന പ്രധാനി, ഞാനിരുന്നിരുന്ന കസേരയിൽ കയറിയിരുന്നു. മേശ തുറന്ന് അതിലുണ്ടായിരുന്നതെല്ലാം പുറത്തെടുത്തിടുവാൻ തുടങ്ങി. ഞാൻ നില്ക്കുന്ന ഭൂമി താഴ്ന്നു പോവുകയാണോ? ഭൂമിദേവിക്ക് പോലും ഞാൻ ഒരു ഭാരമായി തീർന്നോ? ഇലക്ട്രിക് ഷോക്കേറ്റതുപോലെ ഒരു വികാരം കാലിന്റെ പെരുവിരലിലൂടെ അരിച്ച് മസ്തിഷ്കത്തിലെത്തി. ആയിരം അക്ഷൗണികൾ പിന്നിലുണ്ടെന്നൊരു തോന്നൽ. രാജാധികാരത്തിന്റെ ചിഹ്നമാണ് രാജസിംഹാസനമെങ്കിൽ എന്റെ കടയുടെ പരിപൂർണ്ണാധികാരത്തിന്റെ ചിഹ്നമാണ് ഞാനിരിക്കുന്ന കസേര. അതിൽ കയറിയിരിക്കുവാൻ ദേവേന്ദ്രനെപ്പോലും ഞാൻ അനുവദിക്കുകയില്ല.

"എണീക്കണം സാർ. ഓഫീസിൽ സാറിരിക്കുന്ന കസേരയിൽ ഞാൻ വന്നിരുന്നാൽ സാറിനതിഷ്ടപ്പെടുമോ?'' ശ്രീരാമൻ ത്ര്യംബകം മുറിച്ചപ്പോൾ ഉണ്ടായ ദിഗ്വംബരം കേട്ട് മറ്റ് രാജാക്കന്മാർ ഉരഗങ്ങളെപ്പോലെ നടുങ്ങി. അതിനേക്കാൾ പതിന്മടങ്ങ് ഉച്ചത്തിലുള്ള എന്റെ അലർച്ച കേട്ട് ആ വൈതാളികർ നടുങ്ങിയോ. അവോ. ചവിട്ടേറ്റ ഉരഗങ്ങളെ പോലെയായ അവർ പ്രതികാര ദാഹികളായി മാറി. അവർ സ്റ്റോക്ക് ചെക്ക് ചെയ്തപ്പോൾ 1 കിലോ പരിപ്പ് കുറവുണ്ടായിരുന്നു. കുറവിന്റെ കാരണങ്ങൾ ഞാൻ വിശദീകരിക്കുകയുണ്ടായി. എന്നിരുന്നാലും മാരക വകുപ്പിന്റെ ബെസ്റ്റ് ഓഫ് ജഡ്ജ്മെന്റ് ഓർഡർ

പ്രകാരം എന്റെ മൂലധനം മുഴവൻ അവർക്ക് കൊടുത്താൽപോലും എന്റെ ബാദ്ധ്യത തീരുകയില്ല. മണിക്കൂറിന് 1 കിലോ വച്ച് ഒരു ദിവസത്തേക്ക് 12 കിലോ എന്ന കണക്കിൽ മുടക്ക് ദിവസം കഴിച്ച് ഒരു കൊല്ലത്തിൽ 311 ദിവസത്തേക്ക്, പരിപ്പിൽ മാത്രമായി 3732 കിലോയും അതുപോലെ ഏകദേശം 20 പലചരക്ക് ഇനങ്ങളിലായി 3732 കിലോ വീതവും കുറവു കാണുമെന്നും ആയതുകൊണ്ട് അവയുടെയെല്ലാം ആകെ ത്തുകയ്ക്ക് നിയമപരമായി ഈടാക്കാവുന്ന നികുതി നിരക്ക് വച്ച് ഇരട്ടി നികുതി അടയ്ക്കുവാനാണ് എനിക്ക് മാരകവകുപ്പിന്റെ ഓർഡർ കിട്ടിയത്. ഞാൻ അപ്പീൽ ബോധിപ്പിച്ചിട്ടുണ്ട് ചെറുകിട വ്യാപാരികളുടെ വ്യാപാര മൂലധനം മുഴവൻ സർക്കാരിലേക്ക് കണ്ടുകെട്ടുവാനുള്ള വകുപ്പായിട്ടാണ് സെയിൽ ടാക്സ് വകുപ്പിന് രൂപം കൊടുത്തിരിക്കുന്നതെന്ന് എനിക്ക് മനസ്സിലായി. മൂലധനമിറക്കി ബുദ്ധിമുട്ടുകൾ സഹിച്ച് വ്യാപാരം ചെയ്യുന്ന വ്യാപാരിക്ക് ലഭിക്കുന്നത് തുച്ഛമായ ഒരു ലാഭശതമാനമാണ്. എന്നാൽ ഇതേ വ്യാപാരത്തിന്റെ മേൽ എത്രയോ ഉയർന്ന ശതമാന നിരക്കി ലാണ് മൂലധനമിറക്കാതെ ഈ രാജ്യത്തെ സർക്കാർ നികുതിയായി ചൂഷണം ചെയ്തെടുക്കുന്നത്. ഈ സത്യം വെളിച്ചത്ത് കൊണ്ടുവരണ മെന്ന് ഞാൻ ഉറച്ചു. പിന്നെ എന്റെ പ്രവർത്തനമേഖല, എല്ലാവരാലും പൊറുതിമുട്ടിക്കപ്പെടുന്ന വ്യാപാരി സമൂഹത്തെ സംഘടിപ്പിച്ച്, ഈ ദുഷിച്ച വ്യവസ്ഥിതിക്കെതിരെ പോരാട്ടം നടത്തുവാൻ അണിയൊരു ക്കുന്നതിനായിരുന്നു. അതിൽ ഞാൻ വിജയിച്ചിരിക്കുന്നു. പൊതുജന ങ്ങളെക്കൂടി ഈ വ്യവസ്ഥിതിയുടെ ദോഷഫലങ്ങളെക്കുറിച്ച് ബോധ വാന്മാരാക്കുന്നതിനു വേണ്ടി ഞങ്ങളുടെ സംഘടനയുടെ വാർഷികത്തി നോടനുബന്ധിച്ച് ഒരു പൊതു സമ്മേളനം സംഘടിപ്പിച്ചിട്ടുണ്ട് അതിൽ അദ്ധ്യക്ഷം വഹിക്കുന്നതിന് നിന്നെ ക്ഷണിക്കുവാനാണ് ഞാനിപ്പോൾ വന്നത്. ഞാൻ പറയുന്നതൊന്നും നീ നിരസിക്കാറില്ലല്ലോ.''

ഒരു മഴ പെയ്തു തീർന്ന പ്രതീതി. "ചന്ദ്രേട്ടൻ ഉറങ്ങുകയോണോ.'' എന്ന പ്രിയ പത്നിയുടെ ചോദ്യം കേട്ടുണർന്നപ്പോൾ, കാർ എന്റെ വീടിന്റെ പോർട്ടിക്കോയിൽ നിന്നിരുന്നു.

വിട പറയട്ടെ

ഹോ... എന്തൊരു വേദന, ദേഹമാസകലം നീറുന്നു. ഉറക്കെ കരയണമെന്നുണ്ട് നാവ് പൊങ്ങുന്നില്ല. കാണണമെന്നുണ്ട് കണ്ണുകൾ തുറക്കുവാൻ സാധിക്കുന്നില്ല. ആയിരം മുള്ളുകൾ ഒരുമിച്ച് ശരീരത്തിൽ കുത്തുന്നതുപോലെ. ആകെ ഒരു പുകച്ചിൽ. സംഭ്രമം. തൊണ്ട വരളുന്നു. ഞരമ്പുകളെല്ലാം കെട്ടുപിണഞ്ഞ് വലിഞ്ഞ് മുറുകിയ ഒരു തോന്നൽ. ഹാവൂ... അയ്യോ... അമ്മേ... കരിഞ്ഞ മാംസത്തിന്റെ ഗന്ധം തുളച്ചു കയറുന്നു. താനെവിടെയാണ്?... കിടക്കുകയാണെന്ന് മനസ്സിലായി. ചുറ്റും തിക്കും തിരക്കും ബഹളവും. ബൂട്ട്സിട്ട പാദങ്ങൾ അങ്ങോട്ടും ഇങ്ങോട്ടും ഓടുന്ന ശബ്ദം. നിർദ്ദേശങ്ങൾ നൽകുന്നു. പലരും പലതും പറയുന്നു. വേവലാതി പൂണ്ട അന്വേഷണങ്ങൾ. ദീനരോദനങ്ങളുടെയിടയിൽ അവയെല്ലാം അലിഞ്ഞു ചേരുന്നു. ആരോ കയ്യിൽ പിടിച്ചു. "അരുതെ... അരുതെ... വേദനിക്കുന്നു." ശബ്ദം പുറത്തു വന്നില്ല. വേദനകൊണ്ട് പുളഞ്ഞു. കയ്യിന്മേൽ സൂചി ആഞ്ഞുകയറുന്നു.

"കയ്യനക്കാതെ സൂക്ഷിക്കണം. നിങ്ങളെല്ലാം പിടിച്ചുകൊള്ളൂ. തെറ്റിയാൽ പിന്നെ ഞരമ്പ് കിട്ടുവാൻ വിഷമമാണ്, ഈ മരുന്ന് എങ്ങിനെയെങ്കിലും കൊടുത്തേ മതിയാകൂ." സ്ത്രീശബ്ദം അകന്നുപോയി. പലരും തന്റെ കൈകളിൽ കയറി പിടിച്ചിരിക്കുന്നു. വെന്ത് നിൽക്കുന്ന മാംസത്തിൽ കൈകളമർന്നപ്പോൾ അനുഭവപ്പെട്ട വേദന കടിച്ചമർത്തുകയല്ലാതെ എന്ത് ചെയ്യും? ആശുപത്രിയിലാണോ? അതെ. കിടക്കയ്ക്ക് മരുന്നിന്റെ മണമുണ്ട് എവിടെയും ആഘോഷിക്കുന്ന പിണ്ടിപെരുന്നാൾ. മെഴുകുതിരികൾ കത്തിച്ച്, വാഴപ്പിണ്ടിയിൽ തോരണങ്ങൾ ചാർത്തി വീടുകൾക്കു മുമ്പിൽ കുത്തി നിർത്തുന്നു. പടക്കം പൊട്ടിച്ച് ജനങ്ങൾ

സന്തോഷിക്കുന്നു. മത്സരാടിസ്ഥാനത്തിൽ പിണ്ടിപെരുന്നാൾ ആഘോഷിക്കുന്നത് ഇവിടെ മാത്രമാണ്. രണ്ടുവിഭാഗക്കാർ തമ്മിലുള്ള മത്സരം. മാർക്കറ്റിലെ കിഴക്കേ വശവും പടിഞ്ഞാറെ വശവും. ഏറ്റവും വലിയ പിണ്ടി ആരുടെ കൈവശമാണെന്നാണ് മൽസരം. കൂടെ വെടിക്കെട്ടും. ഇത്തവണത്തെ പെരുന്നാൾ കൂടുതൽ ആർഭാടമാക്കുന്നതിന് ഇരു കൂട്ടരും ശ്രമിച്ചിട്ടുണ്ട് ക്രിസ്ത്യാനികളുടെ ആഘോഷമാണെങ്കിലും, എല്ലാ മതങ്ങളിൽപ്പെട്ടവരും അതിൽ പങ്കെടുത്ത് ആനന്ദം പങ്കുവെയ്ക്കുന്നു. ആഘോഷങ്ങൾ കാണുവാൻ ജനം മാർക്കറ്റിനുള്ളിൽ തടിച്ചു കൂടിയിട്ടുണ്ട് പള്ളി വികാരി സ്ഥലത്തെത്തി. കമ്പിത്തിരിയും മത്താപ്പും തലചക്രവും കത്തിച്ച് ആഹ്ലാദത്തോടെ ജനങ്ങൾ വികാരിയെ വരവേറ്റു. ഏറ്റവും വലിയ പിണ്ടി ഏതാണെന്ന് നിശ്ചയിക്കുവാൻ വികാരി കിഴക്കോട്ട് നീങ്ങി.

പെട്ടെന്നാണത് സംഭവിച്ചത്. ഭയങ്കരമായ പൊട്ടിത്തെറിയുടെ ശബ്ദം. അമിട്ടുകൾ, ഡയനകൾ എല്ലാം പൊട്ടുന്നു. കരിമരുന്നിന് തീ പിടിച്ചു. ജനങ്ങൾ നാലുപാടും ഓടുന്നു തീ... തീ... ആകെ തീ. എന്തോ ഒന്ന് തന്റെ ദേഹത്ത് വീണത് മാത്രം ഓർമ്മയുണ്ട് തിരിഞ്ഞു കിടക്കണമെന്ന് തോന്നി. സാധിക്കുന്നില്ല. സഹായിക്കുവാൻ പലരും ശ്രമിച്ചു. അനങ്ങുമ്പോൾ വേദന കൂടുകയാണ്.

“വേണ്ട... വേണ്ട’’ ഞരങ്ങി.

“പതിനഞ്ചുപേരുടെ നില ഗുരുതരമാണ്. ജീവൻ തിരിച്ചു കിട്ടുമോ എന്ന് സംശയമാണ്. ബാക്കിയുള്ളവർ ചിലപ്പോൾ രക്ഷപ്പെട്ടേക്കും.’’ അടക്കിപ്പിടിച്ചുള്ള സംസാരങ്ങൾ. ആശങ്കയോടെ അങ്ങോട്ടും ഇങ്ങോട്ടും ഓടുന്നവരുടെ പതറിയ സ്വരങ്ങൾ അന്തരീക്ഷത്തിൽ അപ്പൂപ്പൻതാടി പോലെ പറന്നു നടന്നു. എവിടേയ്ക്കോ താഴ്ന്നു പോകുന്നതുപോലെ ഒരു തോന്നൽ. താഴോട്ട്... താഴോട്ട്. അച്ഛനെ കണ്ട ഓർമ്മയില്ല. അമ്മയാണ് തന്നെ വളർത്തിയത്. രണ്ട് സഹോദരികളേയും തന്നെയും തീറ്റിപ്പോറ്റുന്നതിന് എന്തെല്ലാം കഷ്ടപ്പാടുകളാണ് അമ്മ സഹിച്ചത്. ജീവിതത്തിന്റെ വസന്തോത്സവത്തിൽ അച്ഛനോടൊപ്പം ജീവിക്കുവാൻ ഇറങ്ങിപ്പോയ അമ്മയെ ബന്ധുക്കൾ കയ്യൊഴിഞ്ഞിരുന്നു. നാട്ടുകാർ അപവാദങ്ങളാൽ പൊതിഞ്ഞു. എന്തിനേറെ, അപഥസഞ്ചാരിണിയാണെന്നുപോലും നാട്ടുകാർ പറഞ്ഞു പരത്തി. അച്ഛൻ ജീവിച്ചിരുന്നപ്പോൾ നല്ല നിലയിൽ അവർ ജീവിതം നയിച്ചു. പക്ഷേ, അച്ഛന്റെ പെട്ടെന്നുണ്ടായ മരണം പറക്കമുറ്റാത്ത മൂന്നു കുഞ്ഞുങ്ങളേയും ആ അമ്മയേയും ജീവിതത്തിന്റെ കയ്പുനീർ കുടിക്കുന്നതിന് തള്ളി വിട്ടു. മറ്റുള്ളവരുടെ വീടുകളിൽ കൂലിവേല ചെയ്ത് അമ്മ തങ്ങളെ വിശപ്പറിയിക്കാതെ

വളർത്തുവാൻ ശ്രമിച്ചു. അമ്മയ്ക്ക് ഇളയവനായ തന്നോടാണ് സ്നേഹം കൂടുതൽ എന്ന് സഹോദരിമാർ സ്നേഹമുള്ള പരിഭവം പറഞ്ഞിരുന്നു. ആ കുടുംബത്തിന്റെ എല്ലാ പ്രതീക്ഷയുമായ തന്നെ കോളേജിലയച്ച് പഠിപ്പിച്ചു. താൻ ജയിക്കുന്നതും, ഉദ്യോഗം ലഭിച്ച് അവരെ സംരക്ഷിക്കുന്നതും അവരെല്ലാം സ്വപ്നം കണ്ടു.

താൻ ജയിച്ചു. ഫസ്റ്റ് ക്ലാസ്സിൽ തന്നെ. ശാസ്ത്രബിരുദം തനിക്കൊരു തുവലാണെന്ന് താൻ കരുതി. പക്ഷേ, ഉദ്യോഗം. അതൊരു മരീചികയായിരുന്നു. അപേക്ഷകൾ അയ്ച്ച കൈകൾ തളർന്നു. കൂടെ മനസ്സും. കാലം ആർക്കു വേണ്ടിയും കാത്തു നിൽക്കുകയില്ലല്ലോ. സങ്കല്പങ്ങൾക്ക് മങ്ങലേറ്റപ്പോൾ, അമ്മയും സഹോദരികളും തന്നോട് ഒരു തരം നേരിയ വെറുപ്പ് പ്രകടമാക്കുവാൻ തുടങ്ങി. ചെറിയ ചെറിയ കുത്തുവാക്കുകൾ തന്റെ ഹൃദയത്തെ കീറിമുറിച്ചു. അവരെ കുറ്റം പറഞ്ഞിട്ടു കാര്യമില്ല. പ്രതീക്ഷകൾ തളരുമ്പോൾ ഏവരുടേയും സ്ഥിതി ഇതു തന്നെ. തനിക്കുമുണ്ടോ എന്തെങ്കിലും ആശ്വാസം. ഇല്ല. ഒരിക്കലും തനിക്കത് ലഭിക്കുകയില്ല.

അന്നൊരു ദിവസം നാട് വിടണമെന്ന് തോന്നി. നാടു വിട്ടു. കുത്തുവാക്കിൽ നിന്നെങ്കിലും മോചനം ലഭിക്കുമല്ലോ. പട്ടണത്തിലെത്തി. പുറമെ സുന്ദരം. അകത്തോ വൃത്തികേടുകളുടെ കുമ്പാരം. മനുഷ്യരും അതുപോലതന്നെ. ചിരിച്ചു കാണിക്കുന്നു. പക്ഷേ, ഉള്ളിന്റെ ഉള്ളിൽ അസൂയയും കുശുമ്പും കൊടി കുത്തി വാഴുന്നു. തൊഴിൽ തേടി അലഞ്ഞു. കയറാത്ത സ്ഥാപനങ്ങളില്ല. മനോഹരമായ ശൈലിയിൽ അവർ 'ഇല്ലായ്മ' പറഞ്ഞു ഫലിപ്പിക്കുന്നു. വ്യവസായ സ്ഥാപനങ്ങളിൽ പുതിയ കീഴ്വഴക്കം ഉണ്ടായിരിക്കുന്നു. മണ്ണിന്റെ മക്കൾ വാദം. ആ പ്രദേശത്തുള്ളവർക്ക് പണി നൽകണം. പുറമേനിന്ന് തൊഴിൽ തേടി വരുന്നവർക്ക് ഇവിടെ സ്ഥാനം ഇല്ല പോലും.

"ഈശ്വരാ... നോക്കണേ രാജ്യത്തിന്റെ ഒരു ഗതി. നമ്മുടെ നാട്ടിൽ നിന്നും അനേകം ജനങ്ങൾ മറ്റു രാജ്യങ്ങളിൽ ചെന്ന് പണി എടുക്കുന്നു. ഇവിടത്തെ തൊഴിലവസരങ്ങൾ വിരളമാണല്ലോ. ആ രാജ്യങ്ങളിൽ ഈ വാദഗതിയുമായി അവിടത്തുകാർ മുന്നോട്ടു വന്നാൽ നമ്മുടെ നാട്ടുകാരുടെ സ്ഥിതി എന്തായിരിക്കും. രാഷ്ട്രീയക്കാരുടെ സൃഷ്ടികളാണ് ഈ വാദഗതികൾ. എവിടെയും തൊഴിലെടുക്കുവാനുള്ള സ്വാതന്ത്ര്യം മനുഷ്യന്റെ ജന്മാവകാശമാണ്. അതിനെതിരെ പ്രവർത്തിക്കുന്നവർ ജനദ്രോഹികളാണ്. കോളേജിൽ പഠിക്കുമ്പോൾ സമൂഹത്തിലെ അനീതിക്കെതിരെ വാതോരാതെ പ്രസംഗിച്ചിട്ടുണ്ട് പക്ഷേ, പ്രായോഗിക ജീവിതം എത്രയോ ഭിന്നമാണ്. നാളുകൾ പിന്നിട്ടപ്പോൾ നിരാശയുടെ

ഗർത്തം ആഴമേറിയതാണെന്ന് തോന്നി. പട്ടിണി, അതിന്റെ രോദനം അസഹനീയമാണ്.

അങ്ങിനെയിരിക്കുമ്പോഴാണ് പട്ടണത്തിലെ തോട്ടി തൊഴിലാളികൾ പണിമുടക്കിലേർപ്പെട്ടത്. ദിവസങ്ങൾ പിന്നിട്ടപ്പോൾ ദുർഗന്ധം സഹിക്ക വയ്യാതെയായി. ഗൃഹവാസികൾ എന്തു ചെയ്യണമെന്നറിയാതെ നട്ടം തിരിഞ്ഞു. വിശപ്പ് സഹിക്ക വയ്യാതെ അന്നം തേടി ഒരു വീട്ടിൽ ചെന്നപ്പോൾ അവിടത്തെ ഗൃഹനായിക തന്നോടു പറഞ്ഞു: "ഭക്ഷണം തരാം... എത്ര വേണമെങ്കിലും. എങ്ങിനെയെങ്കിലും ഈ ദുർഗന്ധം ഒന്നു മാറ്റിത്തരാമോ.'' ഭക്ഷണം ലഭിക്കുന്ന കാര്യമല്ലേ. വിശപ്പിന് സ്വല്പമെങ്കിലും ആശ്വാസം ലഭിക്കുമല്ലോ. താൻ എന്തു തൊഴിലെടുക്കുന്നതിനും തയ്യാറാണ്. താനതിന് തുനിഞ്ഞപ്പോൾ തനിക്കു ചുറ്റും തോട്ടി തൊഴിലാളികൾ ഒത്തു കൂടി. അവർ മുദ്രാവാക്യം മുഴക്കുന്നു. ഭീഷണിയുയർത്തുന്നു. "ഞങ്ങൾ സമരത്തിലാണ്. കരിങ്കാലികളെക്കൊണ്ട് പണിയെടുപ്പിക്കുവാൻ ഞങ്ങൾ സമ്മതിക്കില്ല. ഓടടാ... ഇവിടെ നിന്ന്.'' എങ്ങിനെയോ താൻ അവിടെനിന്നും രക്ഷപ്പെട്ടു. കാരണവന്മാരുടെ സുകൃതത്തിന്റെ ഫലം.

വീട്ടിലേക്ക് തിരിച്ചു പോകണമോ. എന്തോ ഒരു ഭീരുത്വം തന്നെ പിടികൂടുന്നതുപോലെ. തിരിച്ചുചെന്നാൽ അമ്മയും പെങ്ങന്മാരും എന്ത് വിചാരിക്കും. കുത്തുവാക്കുകളുടെ മൂർച്ച കൂട്ടുകയല്ലേ ചെയ്യുകയുള്ളൂ. വേണ്ട... എന്തായാലും അതു വേണ്ട ദിവസങ്ങളുടെ ദൈർഘ്യം കൂടുന്നുണ്ടോ. വിശക്കുന്നു. നല്ലതുപോലെ. കയ്യിൽ കാശില്ല. മോഷ്ടിക്കുവാൻ തയ്യാറില്ല. പട്ടണത്തിൽ എത്രയോ തൊഴിലവസരങ്ങൾ ഉണ്ട് പക്ഷേ, അതെല്ലാം കുത്തകയായി വച്ചിരിക്കുന്നു രാഷ്ട്രീയക്കാരുടെ നിയന്ത്രണത്തിലുള്ള ട്രേഡ് യൂണിയനുകൾ. യാതൊരു പണിയുമില്ലാതെ അലയുമ്പോൾ, ചുമടെടുക്കാമെന്ന് വിചാരിച്ചാൽ പോലും അതിന് സാധിക്കുകയില്ല. അങ്ങോട്ടു കടത്തുകയില്ല നിലവിലുള്ള ചുമട്ടുകാർ. രാഷ്ട്രീയക്കാരുടെ തണലിൽ അവർ അഹങ്കാരികളും ധിക്കാരികളുമായിരിക്കുന്നു. വിശുദ്ധസഹോദരരെ ആട്ടിയോടിക്കുന്നു. ഇതാണോ താൻ പ്രസംഗിച്ചു നടന്നസോഷ്യലിസം. പണിയില്ലാത്തവരുടെ എത്ര പടയണി ഒന്നിച്ചു വന്നാലും തകർക്കുവാൻ സാധിക്കാത്ത വിധത്തിൽ തൊഴിൽമേഖലകൾ കുത്തകയാക്കി വച്ചിരിക്കുന്നതിനെതിരെ ശബ്ദിക്കാതിരിക്കുവാൻ വയ്യ.

"വരട്ടെ... എന്തും വരട്ടെ... വിശന്നിട്ടു വയ്യ... അയാളുടെ ചുമടെടുത്ത് കൂലി വാങ്ങുക തന്നെ.'' മനസ്സ് മന്ത്രിച്ചു. രണ്ടും കല്പിച്ച് താൻ ആ ബസ്സിൽ വന്ന യാത്രക്കാരന്റെ ചുമട് എടുക്കുവാൻ തയ്യാറായി. അയാൾ സമ്മതിച്ചു.

ച്ചമടെടുക്കുവാൻ കുമ്പിട്ടു. തലയിൽ ആരോ അടിച്ചു. വീണുപോയി. ച്ചമട്ടുകാർ വളഞ്ഞിരിക്കുന്നു. ഒരുത്തൻ കൊട്ടുവാൾ കൊണ്ട് ഇത്തരം വേലകൾ ചെയ്യരുത്. അവൻ അട്ടഹസിച്ചു. ചുറ്റും പൈശാചികമായ ചിരി. രക്തം... ചുവന്ന രക്തം... ജീവരക്തം വാർന്നൊഴുകി. ബോധമറ്റു. ബോധം തെളിഞ്ഞപ്പോൾ ആസ്പത്രിയിലായിരുന്നു. തന്നോട് കാണിച്ച അക്രമത്തിന് ആരോട് പരാതിപ്പെടാൻ. പരാതിപ്പെട്ടാൽ തന്നെ ഭരിക്കുന്ന സർക്കാരിനെ നിയന്ത്രിക്കുന്ന രാഷ്ട്രീയ കക്ഷിയുടെ കീഴിലുള്ള ആ ട്രേഡ് യൂണിയനിലെ തൊഴിലാളികൾക്കെതിരെ ആര് നടപടിയെടുക്കും. ഒരു കടമയെന്ന നിലയിൽ ഒരു പോലീസുകാരൻ വന്ന് എന്തെല്ലാമോ എഴുതിക്കൊണ്ടു പോയി. അത്ര തന്നെ.

കൈപ്പത്തി നഷ്ടപ്പെട്ട നിലയിൽ ആശുപത്രിയിൽ നിന്നിറങ്ങി. മറ്റേ കൈപ്പത്തിയും സ്വയം മുറിച്ചുകളയണമെന്ന് തന്നിലെ പ്രതികാരം തന്നോട് മന്ത്രിക്കുന്നു. രണ്ടു കൈയ്യുമില്ലെങ്കിൽ പിച്ചയെടുക്കുകയെങ്കിലും ചെയ്യാമല്ലോ. “വേണ്ട, എന്തായാലും വേണ്ട... ദൈവം തന്നത് ദൈവം തന്നെ തിരിച്ചെടുക്കട്ടെ.’’ എന്നെങ്കിലും എന്തെങ്കിലും ഗുണം മറ്റേ കൈപ്പത്തികൊണ്ട് ഉണ്ടാകുമെങ്കിലോ. ഇനിയങ്ങോട്ട് ... ഈ യാത്ര തുടരണമോ. വേണ്ട ഒരിടത്തേക്കും പോകണ്ട...വീട്ടിലേക്കു തിരിക്കുക തന്നെ.

കൈപ്പത്തി മുറിഞ്ഞുപോയ തന്നെ കണ്ടപ്പോൾ അമ്മയും സഹോദരിമാരും സഹതാപാർദ്രരായി. അല്ലാതെ അവർക്കെന്ത് ചെയ്യുവാൻ സാധിക്കും? “തൊഴിൽ തേടി അലഞ്ഞതിന്റെ സമ്മാനം കണ്ടില്ലേ’’ എന്ന് ഏവരോടും ചോദിക്കണമെന്നു തോന്നി. അങ്ങാടിയിൽ തോറ്റതിന് അമ്മയോട് ദേഷ്യപ്പെട്ടിട്ട് കാര്യമില്ലല്ലോ. വീട്ടുകാരുടെ അനുകമ്പയും പറ്റിയുള്ള ജീവിതം നരകതുല്യമല്ലേ. താൻ രക്ഷിക്കേണ്ടവർ തന്നെ രക്ഷിക്കേണ്ട ഗതികേടിൽനിന്ന് ഒരു മോചനം വേണ്ടേ... ആത്മഹത്യ ചെയ്യണമോ. ആത്മഹത്യ ഭീരുക്കൾക്കുള്ളതാണെന്ന് എവിടെയോ വായിച്ചിരുന്നു. താൻ ഭീരുവാണോ... അതോ ഇനിയും ഈ സമൂഹത്തിൽ പിടിച്ചു നിൽക്കുവാൻ ശ്രമിക്കുന്ന അഭയാർത്ഥിയോ...

വർഷങ്ങൾ പിന്നിട്ടു. വൃദ്ധവർഷം. മഹിളാവർഷം. ശിശുവർഷം. വികലാംഗവർഷം. വികലാംഗരുടെ ക്ഷേമത്തിനുവേണ്ടി അന്താരാഷ്ട്ര സംഘടന പ്രഖ്യാപിച്ച വികലാംഗവർഷം വന്നിരിക്കുന്നു. വികലാംഗർക്കെല്ലാം തൊഴിൽ സാദ്ധ്യതകൾ. ക്ഷേമപദ്ധതികൾ. സർക്കാരുകൾ പലതും പ്രഖ്യാപിച്ചു. താനും ഒരു വികലാംഗനാണല്ലോ. രക്ഷ കിട്ടുമെന്നു തോന്നി. അപേക്ഷകളുമായി പലരേയും സമീപിച്ചു. നിരാശ തന്നെ ഫലം. സകല ആനുകൂല്യങ്ങളും മറ്റും ലഭിക്കണമെങ്കിൽ

ഭരണാധികാരികളുടെ വാലായി പ്രവർത്തിച്ചിരുന്നെങ്കിൽ മാത്രമെ സാധിക്കുകയുള്ളൂ. അല്ലെങ്കിൽ ഉദ്യോഗസ്ഥന്മാരുടെ ബന്ധുവായിരിക്കണം. എവിടെയും രാഷ്ട്രീയം ജയിക്കുന്നു. മനുഷ്യത്വം തോൽക്കുന്നു. അങ്ങനെയിരിക്കുമ്പോൾ ആണ് താനറിയുന്നത് തന്റെ നാട്ടിലെ വ്യാപാരി സംഘടന വികലാംഗർക്കായി ചില പെട്ടിക്കടകൾ നിർമ്മിച്ചു കൊടുക്കുവാൻ സന്നദ്ധരായിരിക്കുന്നു എന്ന്. നിലവിലുള്ള രാഷ്ട്രീയ പ്രസ്ഥാനങ്ങളുടെ ദുഷിച്ച പ്രവർത്തനശൈലിയോടെതിർപ്പുള്ള സർക്കാർ ഉദ്യോഗസ്ഥന്മാർ വികലാംഗ ക്ഷേമമെന്ന പേരിൽ പണപ്പിരിവു നടത്തുന്നതിന് സഹകരിക്കാതെ അവരുടെ തനതായപദ്ധതിയുമായി മുന്നോട്ടു വന്നിരിക്കുന്നു. അതൊന്നു പരീക്ഷിച്ചു നോക്കാം. സംഘടനയുടെ സെക്രട്ടറിയെ കണ്ടു. തന്റെ കദനകഥ അദ്ദേഹത്തെ ധരിപ്പിച്ചു. തന്റെ തിക്താനുഭവങ്ങൾ വിവരിച്ചപ്പോൾ, അദ്ദേഹവും തന്നോടൊപ്പം നിലവിലുള്ള സാധാരണ വ്യവസ്ഥിതികളെ എതിർക്കുന്നവനാണെന്ന് മനസ്സിലായി. “നോക്കട്ടെ...” അദ്ദേഹം പറഞ്ഞു.

ദിവസങ്ങൾ കഴിഞ്ഞു. തനിക്കവർ ഒരു പെട്ടിക്കടയും സാധനങ്ങളും സംഭാവന തന്നു. താനൊരു വ്യാപാരിയായി. സ്വയം തൊഴിൽ കണ്ടെത്തിയവൻ. തന്നെ സഹായിക്കുവാൻ വ്യാപാരി സംഘടനയും. പഠിക്കുന്ന കാലത്ത് തനിക്കു വ്യാപാരികളെക്കുറിച്ചുണ്ടായിരുന്ന ധാരണ തിരുത്തേണ്ടി വന്നിരിക്കുന്നു. ഇപ്പോൾ അവർ നല്കുന്ന സഹായങ്ങൾ അവരുടെ ഹൃദയവിശാലതയുടെ പ്രത്യക്ഷ ഉദാഹരണങ്ങളല്ലേ. മറിച്ച് സമാനമനസ്കരെന്ന് അന്ന് താൻ കരുതിയിരുന്ന സോഷ്യലിസ്റ്റുകളുടെ സങ്കുചിതത്വത്തിന്റെ സന്തതികളല്ലേ തൊഴിൽ മേഖലയിലെ പുത്തൻ കുത്തകകൾ. ഇപ്പോൾ അനുഭവം തന്നെ പലതും പഠിപ്പിച്ചിരിക്കുന്നു. മാസങ്ങൾ കടന്നുപോയി. വ്യാപാരം പുഷ്ടിപെട്ടു. അഭിമാനത്തോടെ ജീവിക്കാമെന്നായി. സന്താപം തളം കെട്ടിയിരുന്ന നടുമുറ്റത്ത് ആഹ്ലാദത്തിന്റെ പൂക്കൾ വിരിഞ്ഞു.സഹോദരിമാർക്ക് വിവാഹാലോചനകൾ വന്നു. പലേടത്തുനിന്നും. ഒടുവിൽ ഇഷ്ടപ്പെട്ട ബന്ധങ്ങൾ ഉറപ്പിച്ചു. രണ്ടു സഹോദരിമാരുടേയും വിവാഹം ഒരേ ദിവസം നടത്തി. അമ്മ ഉത്സാഹവതിയായിരുന്നു. പക്ഷേ, ആ ആഹ്ലാദം അധികകാലം നീണ്ട് നിന്നില്ല. വളരെ കാലത്തെ കഠിനമായ അധ്വാനം അമ്മയെ ഒരു നിത്യ രോഗിയാക്കി മാറ്റിയിരുന്നു. കുടലിൽ ക്യാൻസർ. ക്യാൻസർ എന്ന മാരകരോഗത്തിന് ശരിയായ പ്രതിവിധി ഇനിയും കണ്ടുപിടിക്കുവാൻ സാധിച്ചിട്ടില്ലല്ലോ.

ചികിത്സിപ്പിക്കാവുന്നതിന്റെ പരമാവധി താൻ ചികിത്സിപ്പിച്ചു. അമ്മയ്ക്ക് സംതൃപ്തിയായി. അമ്മയുടെ സംതൃപ്തിയായിരുന്നു തന്റെയും

സംതൃപ്തി. ആ ദിവസം വന്നു. അമ്മ മരിച്ചു. താൻ ഏറ്റവും കൂടുതൽ വേദനിച്ച ദിവസം. വേദനകളെ മായ്ക്കുവാൻ കാലത്തിന് കഴിയുമെന്നാണല്ലോ സിദ്ധാന്തം. ദിവസങ്ങളും മാസങ്ങളും കടന്നുപോയി. തനിക്ക് വിവാഹാലോചനകൾ നടത്തുന്നതിന് അളിയന്മാർ മുൻകൈ എടുത്തു. ഒരു പെൺകുട്ടിയെ കണ്ടു. തനിക്കിഷ്ടപ്പെട്ടു. തന്നെപ്പോലെത്തന്നെ ഒരു വികലാംഗ. അവൾക്കും തന്നെ ഇഷ്ടപ്പെട്ടു. മുഹൂർത്തം നിശ്ചയിക്കുവാൻ ചെല്ലുന്നതിന് ദിവസം തീരുമാനിച്ചു. പിന്നീട് പെരുന്നാളിന്റെ പിറ്റേ ദിവസം... നാളെ...

പക്ഷേ... പക്ഷേ...

തന്റെ നേരെ വരുന്നു.
പൊട്ടിത്തെറിക്കുന്നു.
സ്വപ്നങ്ങൾ...സ്വപ്നങ്ങൾ
തകർന്നു വീഴുന്നു.
വയ്യ... കാണുവാൻ വയ്യ.
വേദന എവിടേയും
എങ്ങോട്ട് തിരിഞ്ഞാലും വേദന തന്നെ.
ചുറ്റും കരച്ചിലുകൾ ഉയർന്നുകൊണ്ടിരിക്കുന്നു.
നിർദ്ദേശങ്ങളുടെ ബഹളങ്ങൾ തന്നെ.
ആശ്വസിപ്പിക്കലുകൾ മറുവശത്ത്
ഇങ്ങിനെയുണ്ടോ ഒരു വേദന.
വരൾച്ച... തൊണ്ടയിൽ... ദേഹത്ത്...
മാംസപേശികളിൽ.
കണ്ണുകൾ തുറക്കുവാൻ ശ്രമിച്ചു.
ഹാവൂ... ഒരു മൂടൽ...
സഹോദരിമാരും അവരുടെ ഭർത്താക്കന്മാരും ചുറ്റും നിന്ന് തേങ്ങുന്നു.
അമ്മ വരുന്നു.
പുഞ്ചിരിച്ചുകൊണ്ട്...
തന്നെ മാടി വിളിക്കുന്നു.
മയക്കത്തിലേക്ക് വീണ തന്നെ അമ്മ താങ്ങിപ്പിടിച്ചു.
അമ്മയോടൊപ്പം താനും യാത്രയാവുകയാണോ...
വിട... നിങ്ങൾക്ക് വിട...
ഈ കർമ്മഭൂമിയിൽ നിന്ന്...

സംഭവകഥകൾ

തുമ്പി... തുമ്പി... കല്ലെടുക്ക്

ബന്ദ് ദിവസം. പരമാനന്ദം. പണിയെടുക്കേണ്ടാ. വിശ്രമിക്കാം. 'കട്ടിലിൽനിന്ന് ഇറങ്ങുകയും വേണ്ട കൈ നനക്കുകയും വേണ്ട' എന്ന് കാരണവന്മാർ പറഞ്ഞത് ബന്ദ് ദിവസങ്ങളെ ഉദ്ദേശിച്ചായിരിക്കുമോ? കൈ നനഞ്ഞില്ലെങ്കിലും ദേഹത്തിനും ജീവനും അപകടം ഒന്നും സംഭവിക്കുകയില്ലല്ലോ.

കുട്ടികളും കുടുംബക്കാരുമൊരുമിച്ച് വീട്ടിലിരുന്ന് ആഹ്ലാദിക്കുവാൻ പറ്റിയ ദിവസം ഇതുപോലെ മറ്റൊന്ന് ഉണ്ടാവുകയില്ല. കച്ചവടക്കാരനെ സംബന്ധിച്ച് ഇത്തരം അനുഭവങ്ങൾ വിരളമാണ്. ഞായറാഴ്ച പോലും ബിസിനസ്സ് കാര്യങ്ങളിൽ ഇടപെടേണ്ടി വരും. ബന്ദ് ദിവസം പരിപാടികൾ ഒന്നും ശല്യപ്പെടുത്തുകയില്ലല്ലോ.

ആലോചിച്ചുനോക്കുമ്പോൾ ബന്ദ് ദിവസം കൊണ്ട് നഷ്ടപ്പെടുവാൻ ഒന്നുമില്ലാത്തവൻ വ്യാപാരി തന്നെ. ആവശ്യക്കാർ തലേദിവസം തന്നെ സാധനങ്ങൾ വാങ്ങിവക്കും. നഷ്ടപ്പെടുന്ന വ്യാപാരം പിറ്റേദിവസങ്ങളിൽ ലഭിക്കുകയും ചെയ്യും. ബാക്കിയുള്ള ജനവിഭാഗങ്ങൾ എല്ലാം നഷ്ടപ്പെടുന്നവർ തന്നെ. സംശയമില്ല. അദ്ധ്വാനിക്കുന്ന തൊഴിലാളിക്ക് ആ ദിവസത്തെ വേതനം നഷ്ടം. ജോലിക്ക് ഹാജരാകുവാൻ സാധിക്കാത്ത ഉദ്യോഗസ്ഥന് ഡൈസ്നോൺ, ജോലിക്ക് ഹാജരാകുമ്പോൾ ജീവൻപോലും പണയം വെക്കേണ്ടിവരും. രോഗികൾ, അന്നന്നത്തെ ഭക്ഷണത്തിനായി അദ്ധ്വാനിച്ച് കഷ്ടപ്പെടുന്നവർ, പുറംസ്ഥലങ്ങളിൽ

ജോലി ചെയ്യുമ്പോൾ ഭക്ഷണത്തിനായി ഹോട്ടലുകളെ ആശ്രയിക്കേണ്ടി വരുന്നവർ-അവരുടെ കാര്യം ആലോചിക്കുവാൻ ഇവിടെ ആരുണ്ട്. അല്ലെങ്കിൽതന്നെ സ്വാതന്ത്ര്യം നേടിത്തരുന്നതിനുവേണ്ടി രക്തസാക്ഷിത്വം വഹിച്ച അനേകർ രോഗികളായ മറ്റുള്ളവർ, ഉപവസിച്ച പരസഹ്രസം വ്യക്തികൾ എന്നിവരെക്കുറിച്ചാലോചിക്കുമ്പോൾ എന്തിനും ഉള്ള ഈ സ്വാതന്ത്ര്യം സംരക്ഷിക്കുന്നതിനുവേണ്ടി ഇത്രയും ത്യാഗം സഹിക്കേണ്ടിവരുന്നതിന് ജനങ്ങൾ വൈമുഖ്യം കാണിക്കുന്നതിനർത്ഥമില്ല. എന്നായിരിക്കും ബന്ദനുകൂലികളുടെ പക്ഷം.

ഏതെങ്കിലും വ്യാപാരി ജനസേവനത്തിനായി കട തുറന്നതെങ്കിലും അവനും നഷ്ടം തന്നെ. ബന്ദുകാർ കല്ലുംകൊണ്ട് നടക്കുകയല്ലേ അവന്റെ ആയുഷ്കാലം മുഴുവൻ തകർക്കുവാൻ.

റിസ്കെടുക്കുവാൻ ഇപ്പോൾ ആരും തയ്യാറല്ല. അദ്ധ്വാനിക്കണമെന്നുണ്ടെങ്കിലല്ലേ റിസ്കെടുക്കേണ്ടു. അതുകൊണ്ട് തന്നെ എല്ലാവരും ഒരുപോലെ കരുതുന്നു. 'ബന്ദ് ദിനം നീണാൾ വാഴട്ടെ.'

ഈ കഴിഞ്ഞ ബന്ദ് ദിവസം വീട്ടുകാരുമൊത്ത് സൊറ പറയുന്നതിനിടയിൽ ടെലഫോൺ ശബ്ദിച്ചു. കടകളെല്ലാം അടച്ചിരുന്നതുകൊണ്ട് ആശങ്കക്കവകാശമുണ്ടായിരുന്നില്ല. കട തകർത്തതിനെക്കുറിച്ചായിരിക്കുകയില്ല ടെലഫോൺ കോൾ.

ഫോണെടുത്തു... 'ഹലോ'

'ജയേട്ടനല്ലേ... ഞാൻ ജോസാ...മറുതലക്കൽനിന്ന്.

'ആ... എന്താ ജോസേ'... ഞാൻ ചോദിച്ചു.

'എനിക്ക് ഒരു ഉപകാരം ചെയ്യണം. ബുദ്ധിമുട്ടാണെന്നറിയാം.'

പക്ഷേ... ബുദ്ധിമുട്ടാതെ തരമില്ല. ഒരു ജീവൻ രക്ഷിക്കേണ്ട കാര്യമാണ്. എന്റെ അയൽവാസി രണ്ടുദിവസം മുമ്പ് ഹോസ്പിറ്റലിൽനിന്നും ഡിസ്ചാർജ്ജ് ചെയ്തതാണ്. ഇപ്പോൾ ചോര ഛർദ്ദിക്കുന്നു. തീരെ അവശനാണ്. ബോധമില്ല. കാറുകൾ പലതും അന്വേഷിച്ചു. ആരും വരുന്നില്ല. ആരും റിസ്കെടുക്കുവാൻ തയ്യാറല്ല. പോലീസ്സ്റ്റേഷനിലേക്കു വിളിച്ചു. അവിടെ വണ്ടികളൊന്നും ഇല്ലത്രെ. ആശുപത്രി ആംബുലൻസുകളും മറ്റു സ്ഥലങ്ങളിൽ പോയിരിക്കുകയാണ്. പ്ലീസ് എനിക്കുവേണ്ടി ഒരു റിസ്കെടുക്കണം. ജയേട്ടനാകുമ്പോൾ ബന്ദുകാരോടെന്തെങ്കിലുമൊക്കെ പറഞ്ഞ് രോഗിയെ ആശുപത്രിയിലെത്തിക്കാമല്ലോ.

ഞാൻ തെല്ലുനേരം ആലോചിച്ചു. റിസ്കെടുക്കണമോ?

'ശരി... ഞാൻ കാറും കൊണ്ട് വരാം' മറുപടി പറഞ്ഞു.

എന്തായാലും ജോസ് അപേക്ഷിച്ചതല്ലേ. ജോസ് എന്റെ സ്ഥാപന ത്തിന്റെ മാനേജരാണ്. ഒരു ദേശീയ രാഷ്ട്രീയകക്ഷിയുടെ പ്രവർത്തകനും പഞ്ചായത്ത് മെമ്പറും.

ഞാൻ സ്ഥലത്തെത്തിയപ്പോൾ രോഗിയുടെ വീട്ടുകാരും അയൽ ക്കാരും ആകാംക്ഷയോടെ കാത്ത് നിൽക്കുകയായിരുന്നു. കാറ് കണ്ടപ്പോൾ എല്ലാവർക്കും ആശ്വാസം നെടുവീർപ്പുകൾ ഉയരുന്നത് ശ്രദ്ധിക്കപ്പെട്ടുമായിരുന്നു.

ജോസും മറ്റ് അയൽവാസികളും രോഗിയെ താങ്ങിക്കൊണ്ടു വന്ന് കാറിൽ കിടത്തി. ഞാൻ സ്തംഭിച്ചുപോയി. രോഗിയെ കണ്ടപ്പോൾ.

നാലുവർഷങ്ങൾക്കുമുമ്പ്, ഇടതുമുന്നണി സർക്കാറിനെതിരെ ദേശീ യകക്ഷികളടങ്ങുന്ന വലതുമുന്നണി ബന്ദാചരിച്ചപ്പോൾ, തുറന്നിരുന്ന ഒരു ചെറുകിട വ്യാപാരിയുടെ സ്ഥാപനം ബന്ദുകാർ തകർത്തെന്നറി ഞ്ഞപ്പോൾ അതിനെ കുറിച്ചന്വേഷിക്കുവാനും അയാൾക്ക് സഹായ ഹസ്തം നീട്ടുന്നതിനും ഞാനും സുഹൃത്തുക്കളും എന്റെ കാറിൽ അവിടെ ചെന്ന അവസരത്തിൽ എന്റെ കാറിന്റെ ചില്ല് കല്ലെറിഞ്ഞ് തകർത്ത കേസിലെ ഒന്നാം പ്രതി, റപ്പായി.

കല്ലേറ് കൊള്ളാതെ, ആരാലും തടയാതെ എന്റെ കാർ ആശുപ ത്രിയിലെത്തി. തക്കസമയത്ത് ആശുപത്രിയിലെത്തിയതുകൊണ്ട് റപ്പായിയുടെ ജീവൻ രക്ഷപ്പെട്ടുവെന്ന് പിന്നീട് ഞാൻ അറിഞ്ഞു. അന്ന് ഞാനും ബന്ദാചരിച്ചിരുന്നുവെങ്കിൽ, അയാൾക്ക് ഇനി ഒരു കാലത്തും അയാളുടെ കക്ഷി ബന്ദാഹ്വാനം നടത്തുമ്പോൾ ബന്ദ് വിജയിപ്പിക്കുവാൻ ബദ്ധപ്പെടേണ്ടതായി വരുമായിരുന്നില്ല.

സംഭവങ്ങൾ... സാക്ഷികൾ

മകന്റെ മെഡിക്കൽ പ്രവേശന പരീക്ഷയുടെ കൗൺസിലിംഗ് കഴിഞ്ഞ് ഞാനും ഭാര്യയും മകനും തിരുവനന്തപുരത്തുനിന്ന് സന്തോഷത്തോടെ മടങ്ങുകയായിരുന്നു. തുരുവനന്തപുരത്തേക്ക് ട്രെയിനിൽ ബുക്ക് ചെയ്താണ് യാത്ര ചെയ്തതെങ്കിലും തിരികെ പോരുവാൻ ബുക്ക് ചെയ്തിരുന്നില്ല. നേരത്തെ കൗൺസിലിംഗ് തീർന്നാൽ, നേരത്തേ മടങ്ങാമല്ലോ എന്നതിനാലാണ് ബുക്ക് ചെയ്യാതിരുന്നത്. തിരുവനന്തപുരത്ത് നിന്ന് വൈകുന്നേരം 5 മണിക്ക് പുറപ്പെടുന്ന വഞ്ചിനാട് എക്സ്പ്രസിൽ ഞങ്ങൾ എറണാകുളത്തെത്തി. തുടർന്ന് എറണാകുളത്ത് നിന്ന് രാത്രി 9.30 ന് പുറപ്പെടുന്ന ട്രിച്ചിക്കുള്ള ടീ ഗാർഡനിൽ കയറി തൃശ്ശൂരിലേക്ക് തിരിച്ചു.

ഞങ്ങൾ കയറിയ ജനറൽ കമ്പാർട്ട്മെന്റിൽ കൂലിപ്പണി കഴിഞ്ഞ് മടങ്ങുന്ന ധാരാളം തമിഴരായ സ്ത്രീകളും പുരുഷന്മാരും കയറിയിരുന്നു. ഞങ്ങളിരുന്ന ബ്ലോക്കിന്റെ അപ്പുറത്തെ ബ്ലോക്കുകളിലാണ് അവർ ഇരുന്നിരുന്നത്. ട്രെയിൻ എറണാകുളം നോർത്തിൽ എത്തിയപ്പോൾ നാല് ചെറുപ്പക്കാർ കംബാർട്ട്മെന്റിൽ കയറി.

അവർ ഞങ്ങളിരുന്ന ബ്ലോക്കിന്റെ അപ്പുറത്തെ ബ്ലോക്കിൽ തമിഴരിരുന്ന ബ്ലോക്കിലാണ് ഇരുപ്പുറപ്പിച്ചത്.

ട്രെയിൻ സ്റ്റേഷൻ വിട്ടപ്പോൾ ആ ചെറുപ്പക്കാരിൽ ഒരുത്തൻ അലറാനും അട്ടഹസിക്കാനും തുടങ്ങി. കുറച്ച് കഴിഞ്ഞപ്പോൾ കുഴഞ്ഞ സംഭാഷണശൈലികൾ പുറത്ത് വന്ന് തുടങ്ങി. നാല് ചെറുപ്പക്കാരും

നല്ലതുപോലെ മദ്യപിച്ചിട്ടുണ്ടെന്ന് വേണം കരുതാൻ. ആ രീതിയിലായിരുന്നു അവരുടെ പെരുമാറ്റരീതികൾ. അലറുകയും അട്ടഹസിക്കുകയും ചെയ്തിരുന്നവർ പുളിച്ച തെറികൾ ഉറക്കെ വിളമ്പാൻ തുടങ്ങി. അയാളുടെ കൂടെയുണ്ടായിരുന്ന മറ്റു ചെറുപ്പക്കാർ അയാളെ വിലക്കിയിരുന്നെങ്കിലും അയാൾ അത് കാര്യമാക്കിയില്ല.

കമ്പാർട്ട്മെന്റിൽ നിറയെ ആളുകളുണ്ട്. ചിലർ മുകളിലത്തെ തട്ടിൽ ഉറക്കം ആരംഭിച്ച് കഴിഞ്ഞിരുന്നു. അവരൊക്കെ അയാളുടെ അട്ടഹാസം കേട്ട് ഉണർന്ന് ശ്രദ്ധിക്കുന്നുണ്ടായിരുന്നു. എന്നാൽ ആരും തന്നെ ആ ചെറുപ്പക്കാരുടെ വിക്രിയകളെ ചോദ്യം ചെയ്യുവാൻ ഉണ്ടായിരുന്നില്ല എന്നതാണ് സത്യം.

എനിക്ക് തരിച്ച് കയറുവാൻ തുടങ്ങി. അവരുടെ ചെയ്തികളെ ചോദ്യം ചെയ്യണമെന്നും മറ്റുള്ളവർക്ക് ശല്യം ഉണ്ടാക്കാതെ മിണ്ടാതെയിരിക്കുവാൻ പറയണമെന്നും തോന്നി. എന്നാൽ കുടുംബസഹിതം യാത്ര ചെയ്യുമ്പോൾ അത്തരം ഒരു രീതി നല്ലതല്ലെന്ന് എന്റെ അന്തഃകരണം മന്ത്രിച്ചു. അതുകൊണ്ട് ഞാനും ഒന്നും പ്രതികരിക്കാതെ മിണ്ടാതെയിരുന്നു. സംഭാഷണങ്ങൾക്ക് പകരം ദേഹോപദ്രവത്തിന് തുനിഞ്ഞാൽ തമിഴർ അവരെ വെറുതെ വിടുകയില്ല എന്ന് ഞാൻ കരുതി. കാരണം അത്രയധികം മിടുക്കന്മാരായ ആൺപിള്ളേർ അവരുടെ കൂട്ടത്തിൽ ഉണ്ടായിരുന്നു. അവരും വെറുതെ വഴക്കിന് വഴിമരുന്നിടേണ്ടല്ലോ എന്ന് കരുതിയാകാം മിണ്ടാതെയിരുന്നത്.

ട്രെയിൻ ആലുവ സ്റ്റേഷനിലെത്തിയപ്പോൾ പ്ലാറ്റ്ഫോമിൽ പോലീസുകാരെ കണ്ടപ്പോൾ ആ ചെറുപ്പക്കാർ മിണ്ടാതെയായി. പോലീസിൽ റിപ്പോർട്ട് ചെയ്യണോ എന്ന് ഞാൻ ആലോചിച്ചു. വെറുതെ വയ്യാവേലിക്കൊന്നും പോകേണ്ട എന്ന് തന്നെ തീരുമാനിച്ചു.

ട്രെയിൻ സ്റ്റേഷൻ വിട്ടപ്പോൾ വീണ്ടും അവന്റെ അട്ടഹാസങ്ങളും തെറിപുരാണവും തുടങ്ങി. ആരും ഒന്ന് എതിർത്ത് സംസാരിച്ചില്ല. ഒറ്റക്ക് യാത്ര ചെയ്യുന്ന ചെറുപ്പക്കാർക്ക് വേണമെങ്കിൽ അവരോട് മിണ്ടാതെയിരിക്കുവാൻ ആവശ്യപ്പെടാമായിരുന്നു. എന്തുകൊണ്ടോ അവരും മൗനം പാലിക്കുകയാണ് ചെയ്തത്.

അങ്കമാലിയിൽ എത്തിയപ്പോൾ മദ്യപന്മാരായ ചെറുപ്പക്കാർ ഇറങ്ങിപ്പോയി. ട്രെയിൻ നീങ്ങിത്തുടങ്ങി. അതാ മറ്റൊരാൾ ഞങ്ങളുടെ ബ്ലോക്കിന് മുന്നിൽ വന്ന് പുലമ്പുവാൻ തുടങ്ങിയിരിക്കുന്നു. ആ ചെറുപ്പക്കാർ ബഹളം കൂട്ടിയിരുന്നപ്പോൾ ഞാൻ എതിർക്കാതിരുന്നതിന്റെ ധാർമ്മികരോക്ഷമാണ് അയാൾ പുറത്തുവിട്ടത്.

"കുടുംബവുമായി യാത്ര ചെയ്യുമ്പോൾ ഇതെല്ലാം കേട്ടിരുന്നല്ലോ. അവരെ നിലക്ക് നിർത്തണ്ടെ. ഇത്തരക്കാരെ വെറുതെ വിടുന്നത് ശരിയാണോ നിങ്ങൾ തുടങ്ങിവച്ചാൽ ഞങ്ങളെല്ലാം കൂടെയുണ്ടാകുമ ല്ലോ. കഷ്ടം, ഇക്കണക്കിന് ഭാര്യയെ കയറിപ്പിടിച്ചാലും നിങ്ങളൊന്നും മിണ്ടുകയില്ലല്ലോ.

എന്തിനാണ് പുരുഷനായി ജീവിക്കുന്നത്" പിന്നേയും എന്തൊക്കെ യോപ്പുലമ്പി അയാൾ അവിടെനിന്നും പോയി.

അപ്പോഴും ഞാൻ ഒന്നും മിണ്ടിയില്ല. അയാളോട് മറുപടി പറയാനും തയ്യാറായില്ല. ആരെന്ത് പറഞ്ഞാലും ദേഹത്ത് പറ്റുകയില്ലല്ലോ. ദേഹോ പദ്രവത്തിന് വന്നാൽ സ്ഥിതി മാറുമായിരുന്നുവെന്ന് പറയണമെന്ന് തോന്നി. വീണ്ടും വേണ്ട എന്ന തന്നെയാണ് അന്തഃകരണം മന്ത്രിച്ചത്. പക്ഷേ സാധാരണ എല്ലാ കാര്യങ്ങൾക്കും പ്രതികരിക്കാറുള്ള എനിക്ക് ആ സംഭവത്തിൽ പ്രതികരിക്കാൻ സാധിക്കാതെ വന്നതിന്റെ കുണ്ഠിതം എന്റെ മനസ്സിനെ വല്ലാതെ അലട്ടുന്നുണ്ടായിരുന്നു.

ട്രെയിൻ തൃശ്ശൂരിലെത്തി, ഞങ്ങൾ ഇറങ്ങുന്നതിന് തയ്യാറെടുത്ത് കമ്പാർട്ടമെന്റിൽ മുന്നോട്ട് നീങ്ങി. അടുത്ത ബ്ലോക്കിലെത്തിയപ്പോൾ കണ്ട ദൃശ്യം എന്നെ വല്ലാതെ അത്ഭുതപ്പെടുത്തി. കുറച്ച് നേരത്തെ എന്റെ മുന്നിൽ വന്ന് പുലമ്പിപ്പോയ അയാളുടെ മടിയിൽ തലവച്ച് അയാളുടെ ഭാര്യ കിടന്നുറങ്ങുന്നു. എന്റെ ഭാര്യയും അത് ശ്രദ്ധിച്ചു. അയാളും ഭാര്യയുമൊത്താണ് ആ ട്രെയിനിൽ യാത്ര ചെയ്തിരുന്നത്. മദ്യപന്മാരായ ചെറുപ്പക്കാരുടെ വിക്രിയകൾക്കെല്ലാം അയാളും സാക്ഷി യായതാണ്. എന്നാൽ അപ്പോൾ അയാൾ പ്രതികരിച്ചില്ല എന്നതാണ് സത്യം. അയാളും കരുതിയിരിക്കും. താനെന്തിനാണ് ആവശ്യമില്ലാത്ത കാര്യങ്ങളിൽ തലയിടുന്നതെന്ന്. പിന്നെ എന്തിനാണ് അയാൾ എന്റെ മുന്നിൽ വന്ന് പുലമ്പിയത് എന്ന് എനിക്ക് മനസ്സിലാകുന്നില്ല.

അപ്പോഴാണ് ഇപ്പോഴത്തെ സമൂഹത്തിന്റെ രീതി എന്റെ മനസ്സിൽ ഊളിയിട്ട് വന്നത്. തെറ്റുകൾക്കെതിരെ പ്രതികരിക്കണമെന്ന് എല്ലാവർ ക്കും ആഗ്രഹമുണ്ട്. എന്നാൽ ആരും സ്വയം അതിന് മുന്നോട്ടു വരുന്നില്ല. ആരെങ്കിലും അതിന് തയ്യാറായി വരികയാണെങ്കിൽ അതുകൊണ്ടുള്ള ദോഷങ്ങൾ അവർ സ്വയം അനുഭവിച്ചോട്ടെയെന്നും ഗുണം കിട്ടുകയാ ണെങ്കിൽ അത് എല്ലാവർക്കും കൂടി അനുഭവിക്കാമല്ലോ എന്നുമാണ് ഏവരുടെയും വിചാരം.

പ്രസ്തുത സംഭവങ്ങൾ ഇടക്കിടെ എന്റെ മനസ്സിൽ ഒരു കള്ളച്ചിരി യോടുകൂടി കടന്നു വരാറുണ്ട്. സമൂഹത്തിന്റെ പ്രതികരണശേഷിയെക്കു റിച്ച് ചിന്തിക്കുമ്പോൾ എഴുതുമ്പോൾ.

കുടിയൊഴിപ്പിക്കൽ

ഉച്ചയൂണിനുശേഷം ആലസ്യം പൂണ്ട് ആദ്യമയക്കത്തിലമർന്ന നഗരം. വ്യാപാരകേന്ദ്രങ്ങൾ ഇടവിശ്രമത്തിലും.

ശക്തൻ തമ്പുരാൻ മാർക്കറ്റിനടുത്ത് നാഗരികതയുടെ കടന്നാക്രമണം ബാധിച്ചിട്ടില്ലാത്ത ശീതളഭൂമിയെ തഴുകിയെത്തുന്ന കാറ്റിനുപോലും കനത്ത ചൂട്.

മലയപുലയന്റെ കദനകഥയുടെ കാവ്യശകലങ്ങൾ ഈണത്തിൽ പാടിയ കവിയുടെ ഉച്ഛ്വാസങ്ങൾ ആ ചുടുകാറ്റിനോടൊപ്പം നഗരത്തിൽ ഒഴുകിയെത്തുന്നുണ്ടല്ലോ.

എന്താ...

മലയപ്പുലയന്റെ കഥ എന്നു കേൾക്കുമ്പോൾ പലതും ഓർമ്മയിൽ തെളിയുന്നുണ്ടോ. ഇല്ല അല്ലേ... സ്മൃതി മണ്ഡലങ്ങളെ ഏകാഗ്രമാക്കൂ... ആ... അങ്ങിനെ... അല്പം... അല്പം അങ്ങിനെ തന്നെ...

ദശകങ്ങൾക്ക് മുമ്പ് നടന്ന ആ സംഭവം. തമ്പ്രാന്റെ അടിമവേല ചെയ്തിരുന്ന ആ മലയപുലയൻ. തമ്പ്രാൻ നൽകിയ സ്ഥലത്ത് ഉയർത്തിയ അവന്റെ കൊച്ച് കൂര. മഴക്കാലം വന്നപ്പോൾ ആ സാധു മനുഷ്യൻ അവന്റെ കൂരയുടെ മുറ്റത്ത് ഒരു വാഴ നട്ടു. അവന്റെ കുട്ടികൾ ആഹ്ലാദത്താൽ ആർത്തുവിളിച്ചു. ദിവസവും ആ കുട്ടികൾ വാഴത്തയ്യിന് വെള്ളമൊഴിക്കും. ചുറ്റംനിന്ന് കൈകൊട്ടി കളിക്കും. അതിന്റെ വളർച്ച കണ്ട് ആനന്ദിക്കും. വാഴ വലുതായി. കുലച്ചു. കായയുണ്ടായി. പഴം തിന്നുവാൻ ആർത്തിയോടെ നില്ക്കുന്ന ആ പിഞ്ചുകുഞ്ഞുങ്ങൾ നോക്കി നില്ക്കേ മലയപുലയൻ, തമ്പ്രാന്റെ ആജ്ഞ പ്രകാരം ആ കായക്കുല

അറുത്തെടുത്ത് തമ്പ്രാന്റെ ബംഗ്ലാവിൽ എത്തിച്ചുകൊടുത്തു. വാവിട്ടു കരയുന്ന ദരിദ്രനാരായണ സന്തതികൾ. ഹൃദയവേദന കടിച്ചമർത്തുന്ന മലയപ്പുലയൻ ആ സാധു കുഞ്ഞുങ്ങളെ ആശ്വസിപ്പിച്ചു.

"കരയാതെ മക്കളെ... കല്പിച്ചു തമ്പുരാൻ...

വേറൊരു വാഴ ഞാൻ നട്ടു തരാം.''

ഹൃദയം വിങ്ങുന്നുണ്ടോ...

സമ്പന്നതയുടെ മടിത്തട്ടിൽ മാസു കളിക്കുന്ന ആ തമ്പ്രാന് ആ പാവം കുഞ്ഞുങ്ങൾ ആർത്തിയോടെ കാത്തിരുന്ന ആ അന്നം തട്ടിയെടുക്കേണ്ടിയിരുന്നില്ല...

ഇത് മലയപ്പുലയന്റെ കഥ മാത്രമല്ല. അക്കാലത്ത് സമൂഹത്തിൽ കൊടികുത്തി വാണിരുന്ന ജന്മിത്വത്തിന്റെ ക്രൂരതയുടെ കഥകൾ എവിടേയും കേൾക്കാമായിരുന്നു. സാമൂഹ്യവിപ്ലവത്തിലൂടെ അത്തരം ജന്മിത്വത്തിന് കടിഞ്ഞാണിടുവാൻ സാധിച്ചു. എന്നാൽ സമൂഹത്തിൽ ഇന്ന് ഒരു പുതിന ജന്മിത്വവാസന ഉടലെടുത്തിരിക്കുന്നു.

പണ്ട് കാലത്ത് രാജാക്കന്മാരും ഇടപ്രഭുക്കന്മാരുമാണ് ജന്മിത്വത്തെ താലോലിച്ചിരുന്നതെങ്കിൽ ഇന്ന് അവരുടെ പുതിയ പതിപ്പുകളായ ജനകീയ ഭരണകൂടങ്ങളും അവയെ നിയന്ത്രിക്കുന്ന രാഷ്ട്രീയഉദ്യോഗസ്ഥമണ്ഡലങ്ങളുമാണ് ആ ജന്മിത്വലാളന ഏറ്റെടുത്തിരിക്കുന്നത്. ഇത്തരക്കാരാൽ പൊറുതിമുട്ടുന്ന ജനവിഭാഗങ്ങൾ ഒരു പുതിയ വിപ്ലവത്തിനായി കാത്തിരിക്കുന്നു.

കാണാം...ചില തകിടം മറിച്ചിലുകൾ

എന്താണൊരാരവം.

ശക്തൻ തമ്പുരാൻ മാർക്കറ്റിലെ നിശബ്ദതയെ തട്ടിയുണർത്തിക്കൊണ്ട് പോലീസ്‌വാൻ അലറിപാഞ്ഞുവന്നു. കൂടെ തൃശ്ശൂർ മുനിസിപ്പാലിറ്റിയുടെ ജീപ്പും ലോറികളും. വാഹനങ്ങൾ ശക്തൻ തമ്പുരാൻ മാർക്കറ്റിലെ ഒരു ചെറുകിട വ്യാപാരിയായ ജോസിന്റെ കടയുടെ മുന്നിൽ നിന്നു.

മുനിസിപ്പൽ ഉദ്യോഗസ്ഥരും പോലീസും ചാടിയിറങ്ങി. ജോസിന്റെ കടയിൽനിന്ന സാധനങ്ങൾ എടുത്ത് ലോറിയിൽ കയറ്റുവാൻ ഉദ്യോഗസ്ഥന്മാർ ശ്രമിച്ചപ്പോൾ പരിഭ്രാന്തനായ ജോസ് ദീനസ്വരത്തിൽ അഭ്യർത്ഥിച്ചു.

'അരുതേ... അരുതേ'

കല്ലിൽ കൊത്തിയ ദൈവത്തിനോടപേക്ഷിച്ചാൽ അപേക്ഷകൾ കൈകൊള്ളുമെന്ന് വിശ്വാസികൾ വിശ്വസിക്കുന്നു. എന്നാൽ ജീവനുള്ള

കല്ലുകളായ ഉദ്യോഗസ്ഥർക്ക് ദീനതയോടെ സ്വയം തലതല്ലി നശിക്കേണ്ടതായി വരും എന്നാണല്ലോ ഏവർക്കും അനുഭവം.

ആ അനുഭവം തന്നെ ജോസിനും.

ഉദ്യോഗസ്ഥന്മാർ കട്ടകിടെ വ്യതിചലിക്കുന്ന ലക്ഷണമില്ല.

അപ്പോഴേക്കും സമീപത്തുള്ള ചെറുകിട വ്യാപാരികൾ ഓടിക്കൂടി. അവർ മുനിസിപ്പൽ ഉദ്യോഗസ്ഥരെ അവരുടെ ഉദ്യമത്തിൽ നിന്നും തടഞ്ഞു. കേട്ടറിഞ്ഞ് വ്യാപാരികൾ തിങ്ങിക്കൂടി.

നഗരത്തിലെ വ്യാപാരികളുടെ ഒരു ഒഴുക്ക് തന്നെയായിരുന്നു അവിടേക്ക്.

വ്യാപാരി നേതാക്കളെ വിവരം അറിയിച്ചു.

നേതാക്കൾ എല്ലാവരും സംഭവസ്ഥലത്ത് പാഞ്ഞെത്തി. അന്തരീക്ഷം സംഘർഷപൂരിതമായിരുന്നു.

കൂടുതൽ പോലീസെത്തി. തൃശ്ശൂരിലെ വ്യാപാരികളാൽ നിറഞ്ഞു കവിഞ്ഞു ജോസിന്റെ കടയും പരിസരങ്ങളും ചെറുകിടക്കാരായ സ്ത്രീ വ്യാപാരികളും മാർക്കറ്റിൽ പണിയെടുക്കുന്ന എല്ലാ തൊഴിലാളികളും അക്കൂട്ടത്തിൽ ഉണ്ടായിരുന്നു.

മറുവശത്ത് പോലീസും മുനിസിപ്പൽ ഉദ്യോഗസ്ഥരും. ജോസിന്റെ കട ഒഴിപ്പിച്ചെടുക്കുവാൻ മുനിസിപ്പൽ കമ്മീഷണർ ഉത്തരവ് നൽകിയിരിക്കുന്നു. അതിനായി പോലീസ് സഹായവും അദ്ദേഹം തേടിയിട്ടുണ്ട്. അഴിമതിക്കും കൈക്കൂലിക്കും വഴങ്ങാത്ത ജോസിനോട് മുനിസിപ്പൽ ഉദ്യോഗസ്ഥർ കാണിച്ച പ്രതികാരം. അതിനവർ സ്വീകരിച്ചതോ അനധികൃതമായ മാർഗ്ഗങ്ങൾ. മാർക്കറ്റിലും പരിസരത്തും ജനങ്ങൾ തിങ്ങി നിറഞ്ഞിരുന്നു. ഒന്നും അറിയാത്ത ജനം സംഭവത്തിന്റെ സ്ഥിതി അറിയുവാൻ ആകാംക്ഷ പൂണ്ട് നിൽക്കുകയാണ്.

ശക്തൻ തമ്പുരാൻ മാർക്കറ്റിൽ ജോസ് വ്യാപാരം ചെയ്യുന്ന സ്ഥലം, ജോസിന്റെ മുൻമുതലാളി ജോൺ, ജോസിന് പ്രതിഫലം കൈപ്പറ്റി കരാറുപടി കൈമാറ്റം നടത്തിയതാണ്.

ഹൈറോഡിലുണ്ടായിരുന്ന പച്ചക്കറി തരക്, മുൻസിപ്പാലിറ്റി ശക്തൻതമ്പുരാൻ മാർക്കറ്റിലേക്ക് മാറ്റിയപ്പോൾ, ശക്തൻ തമ്പുരാൻ മാർക്കറ്റിലെ വ്യാപാരം വളരെ മോശമായിരുന്നു.

അന്നന്നത്തെ ചിലവുകൾപോലും നടത്തുവാൻ വ്യാപാരികൾക്ക് ബുദ്ധിമുട്ടുണ്ടായിരുന്നു.

കടയുടമയായ ജോണിന്റെ ശാരീരിക ആരോഗ്യം ക്ഷയിച്ചു വരികയായിരുന്നു. മാനസികമായ ആരോഗ്യം വികലമായ കുടുംബബന്ധങ്ങളാൽ അനേകവർഷങ്ങൾക്ക് മുമ്പ് തന്നെ നശിച്ചിരുന്നു. ആർക്ക് വേണ്ടിയാണ് താൻ ഇനിയും സമ്പാദിച്ച് കൂട്ടുന്നതെന്ന ബോധം ജോണിന്റെ മനസ്സിനെ കീഴ്പ്പെടുത്തിക്കഴിഞ്ഞിരുന്നു. കച്ചവടത്തിലെ മാന്ദ്യവും അതിൽ താല്പര്യമില്ലായ്മയും ജോണിനെ മറ്റൊരു തീരുമാനമെടുക്കുവാൻ പ്രേരിപ്പിച്ചു.

സമ്പന്നനും വിശാലഹൃദയനുമായ ജോൺ തന്റെ എല്ലാ കാര്യങ്ങളും ശ്രദ്ധിക്കുകയും നടത്തിതരികയും ചെയ്ത ജോസിന് പ്രസ്തുത വ്യാപാര സ്ഥലം അന്നത്തെ നാട്ട് നടപ്പനുസരിച്ചുള്ള പ്രതിഫലം കൈപ്പറ്റി കൈമാറി.

അതനുസരിച്ച് ജോണും ജോസും കൈമാറ്റ നടപടിക്ക് അംഗീകാരം ലഭിക്കുന്നതിനായി ഒരു ജോയിന്റ് പെറ്റീഷൻ മുനിസിപ്പാലിറ്റിയിൽ നൽകി.

ഇത്തരം കൈമാറ്റങ്ങൾ അംഗീകരിക്കുകയാണ് മുൻസിപ്പാലിറ്റിയുടെ നടപടിക്രമങ്ങൾ. സർക്കാർകാര്യം മുറപോലെ എപ്പോൾ നടത്തികിട്ടുമെന്ന് ആർക്കും പ്രവചിക്കുവാൻ സാദ്ധ്യമല്ലല്ലോ. കാലഘട്ടം മാറി. ശക്തൻതമ്പുരാൻ മാർക്കറ്റിലെ വ്യാപാരം പച്ച പിടിച്ചുകൊണ്ടിരുന്നു. നിലനിൽക്കാമെന്ന സ്ഥിതിയിലായി. അവിടെ മുറികൾ ലഭിക്കുന്നതിന് വലിയ മേൽവട്ടം നൽകേണ്ട സ്ഥിതി വന്നു. മുൻസിപ്പാലിറ്റിയിൽ ജോസ് നൽകിയ ജോയിന്റ് പെറ്റീഷൻ പരിഗണനക്ക് വന്ന അവസരത്തിൽ മറ്റൊരപേക്ഷയും അവിടെ വന്നു. ഇതിനിടെ രോഗാതുരനായി ശയാവലംബനായി മാറിയ ജോണിനെ സമ്മർദ്ദമുപയോഗിച്ച് ഭാര്യയും മറ്റുള്ളവരും ചേർന്ന് ബലമായി ഒപ്പിട്ടുവിച്ചതായിരുന്നു ആ അപേക്ഷ.

പ്രസ്തുത വ്യാപാരസ്ഥലം തന്റെ അനന്തരാവകാശികൾക്ക് കൈമാറുവാൻ അനുവദിക്കണമെന്ന് കാണിച്ചുള്ള ജോണിന്റെ പുതിയ അപേക്ഷയും മുൻസിപ്പൽ കൗൺസിലിന്റെ പരിഗണനക്ക് വന്നപ്പോൾ കൗൺസിൽ അംഗങ്ങൾ ത്രിശങ്കു സ്വർഗ്ഗത്തിലായി. കൗൺസിൽ അപേക്ഷകൾ തള്ളിക്കളഞ്ഞു. ജോസ് നീതി ലഭിക്കുന്നതിന് കോടതിയെ സമീപിച്ചു. ഇതിനിടെ ജോൺ മരണപ്പെട്ടു. ജോണിന്റെ ഒസ്യത്തിൽ ജോസിന് കൈമാറിയ സ്ഥലത്തിന്റെ അവകാശത്തെക്കുറിച്ച് ഒന്നും പറയുന്നില്ല എന്നതുതന്നെ ജോസിന് അദ്ദേഹം അറിഞ്ഞുതന്നെയാണ് സ്ഥലം കൈമാറിയിരിക്കുന്നത് എന്നതിന് തെളിവാണ്. കോടതിവിധി പുറത്തുവന്നു.

ജോസ് മുൻസിപ്പാലിറ്റിയിൽ നൽകിയ രേഖ സത്യസന്ധമാണെന്നും ഉത്തമബോദ്ധ്യത്താൽ തന്നെയാണ് ജോൺ അതിൽ

ഒപ്പിട്ടിരിക്കുന്നതെന്നും കോടതി വിധിച്ചു. പക്ഷേ, മുൻസിപ്പൽ സ്ഥലങ്ങളുടെ കൈമാറ്റം അംഗീകരിക്കുവാനുള്ള അവകാശം മുൻസിപ്പൽ കൗൺസിലിനായതിനാൽ ജോസ് വീണ്ടും മുൻസിപ്പൽ കൗൺസിലിൽ അപേക്ഷ സമർപ്പിക്കുവാൻ കോടതി നിർദ്ദേശിച്ചു.

അതനുസരിച്ച് ജോസ് കൗൺസിലിൽ ഹരജി സമർപ്പിച്ചിരുന്നു. ആ ഹരജിയിൽ തീരുമാനമെടുക്കേണ്ടത് മുൻസിപ്പൽ കൗൺസിലാണെന്ന് കോടതി പ്രത്യേകം പറഞ്ഞിട്ടുണ്ട്. ആയതുകൊണ്ട് കൗൺസിൽ തീരുമാനമുണ്ടാകുന്നതുവരെ മറ്റു നടപടികൾ ഒന്നും സ്വീകരിക്കരുത് എന്ന് ഹരജിയിൽ മുൻസിപ്പൽ ചെയർമാൻ എഴുതിവയ്ക്കുകയും ചെയ്തു.

കേസ് കോടതിയിൽ നടക്കുന്ന കാലഘട്ടത്തിൽ തന്നെ മുൻസിപ്പൽ ഉദ്യോഗസ്ഥർക്കും മറ്റുള്ളവർക്കും ജോസ് എന്നും ഒരു കറവപശു ആയിരുന്നു. ഒന്നല്ലെങ്കിൽ മറ്റൊന്ന് പറഞ്ഞ് പലരും ജോസിനെ സമീപിക്കും. നിലനില്പിനുവേണ്ടി ജോസ് ഭീഷണികൾക്ക് വശംവദനായിട്ടുണ്ട്. എന്നാൽ വ്യാപാരി സംഘടനയുടെ പ്രവർത്തനങ്ങൾ ഊർജ്ജിതമായപ്പോൾ ജോസ് അത്തരം ഉദ്യോഗസ്ഥന്മാരുടെ ഭീഷണികൾക്ക് വഴങ്ങാതെയായി. ഇതിൽ അമർഷം പൂണ്ട ഉദ്യോഗസ്ഥന്മാർ തക്കം പാർത്തിരിക്കുകയായിരുന്നു. അങ്ങിനെയാണ് നിയമാനുസൃതമല്ലാത്ത ആ നടപടി ഉണ്ടായത്. കൗൺസിൽ തീരുമാനമുണ്ടാകുന്നതിന് മുമ്പ് തന്നെ സ്വാർത്ഥമതികളായ ഉദ്യോഗസ്ഥന്മാർ പ്രവർത്തനം ആരംഭിച്ചു. ശരിയായ മുനിസിപ്പൽ കമ്മീഷണർ ലീവിൽ പോയിരിക്കുകയായിരുന്നു.

ജോസിനെ വ്യാപാരസ്ഥലത്തുനിന്ന് ഒഴിപ്പിച്ച് തെരുവാധാരമാക്കണമെന്ന കുടിലബുദ്ധികളായ ഉദ്യോഗസ്ഥന്മാരുടെ തീരുമാനത്തിന് അവർ പോലീസ് സഹായവും തേടി. കമ്മീഷണർ ഇൻ ചാർജിന്റെ അഭ്യർത്ഥനപ്രകാരം സഹായം നൽകുവാൻ പോലീസ് ബാദ്ധ്യസ്ഥമാണല്ലോ. കമ്മീഷണർ ഇൻ ചാർജിന് ജോസിനോട് വൈരാഗ്യവുമുണ്ട്. ഇത്തരം ഒഴിപ്പിക്കൽ നടപടികൾക്ക് മുപ്പത് ദിവസത്തെ നോട്ടീസെങ്കിലും നൽകിയിരിക്കണം. അത് ഉദ്യോഗസ്ഥർ നൽകിയിരുന്നില്ല.

ജോസിന്, ആ സാമ്പത്തിക വർഷാവസാനംവരെ ലൈസൻസ് വ്യവസ്ഥയിൽ വ്യാപാരം നടത്തുവാൻ മുൻസിപ്പാലിറ്റി അനുവാദം നൽകിയിട്ടുണ്ട്. അതുവരെ ആ സ്ഥലത്ത് വ്യാപാരം നടത്തുവാൻ ജോസിന് അവകാശമുണ്ട്. ആ ലൈസൻസ് മുൻസിപ്പാലിറ്റി റദ്ദാക്കിയിട്ടില്ല. ഇതൊന്നും ചെയ്യാതെ താന്തോന്നികളായ ഉദ്യോഗസ്ഥവൃന്ദം നടത്തിയ അഴിഞ്ഞാട്ടത്തെ ചെറുക്കേണ്ടത് വ്യാപാരിസംഘടനയുടെ ഒരു കർത്തവ്യമായി മാറിയ സാഹചര്യത്തിലാണ് സംഘടന ഈ

പ്രശ്നത്തിൽ ഇടപെട്ടത്. ഒരു ചെറുകിട വ്യാപാരിയുടെ അവകാശങ്ങൾ സംരക്ഷിക്കേണ്ടത് സംഘടനയുടെ ചുമതലയാണ്.

പ്രസ്തുത അനധികൃത നടപടികളെ ചെറുക്കുവാൻ തൃശ്ശൂരിലെ വ്യാപാരികളോടൊപ്പം ശക്തൻ തമ്പുരാൻ മാർക്കറ്റിലെ എല്ലാ യൂണിയനുകളിലുംപെട്ട തൊഴിലാളികളും ഉണ്ടായിരുന്നു. വ്യാപാരികളുടെ ഐക്യവും ആവേശവും കണ്ട് ഉദ്യോഗസ്ഥന്മാർ അന്തം വിട്ടു. എന്ത് ചെയ്യണമെന്നറിയാതെ ഉദ്യോഗസ്ഥന്മാർ കുഴങ്ങി. അത്രയ്ക്കും സംഘർഷം മുറ്റി നിൽക്കുകയായിരുന്നു ആ അന്തരീക്ഷത്തിൽ. വ്യാപാരി നേതാക്കൾ ഉന്നത ഉദ്യോഗസ്ഥന്മാരുമായി ഫോണിൽ ബന്ധം പുലർത്തി. ഒരു നേതാവിന്റെ കീഴിൽ ഒരു സംഘം വ്യാപാരികൾ മുനിസിപ്പൽ ഓഫീസിലേക്ക് ജാഥയായി ചെന്നു. മറ്റൊരു നേതാവിന്റെ നേതൃത്വത്തിൽ, എന്തിനേയും നേരിടുവാൻ തയ്യാറായി വ്യാപാരികളും മറ്റുള്ളവരും ജോസിന്റെ കടയുടെ മുന്നിലും നിലയുറപ്പിച്ചു.

മേലുദ്യോഗസ്ഥന്മാർ ഇടപെട്ടു. മുൻസിപ്പൽ ചെയർമാന്റെ ഉത്തരവിനെ വില വയ്ക്കാതെ, കമ്മീഷണർ ഇൻ ചാർജ്ജും ശിങ്കിടികളും കൈകൊണ്ട അധികൃതനടപടികളെ മുനിസിപ്പൽ ചെയർമാൻ തന്നെ സ്റ്റേ ചെയ്തുകൊണ്ട് ഉത്തരവ് പുറപ്പെടുവിച്ചു. വ്യാപാരികൾ വിജയാഹ്ലാദം കൊണ്ട് തുള്ളിച്ചാടി. ഇളിഭ്യരായ ഉദ്യോഗസ്ഥർ അവിടെനിന്ന് തന്ത്രപൂർവം പിന്മാറുകയും ചെയ്തു. പോലീസ് സംയമനം പാലിച്ചത് കൊണ്ട് മറ്റൊരു ദുരന്തം തൃശ്ശൂരിലുണ്ടായില്ല.

"ഐക്യം ഐക്യം ഐക്യം തന്നെ ശക്തി"

ഏവരുടേയും ചുണ്ടുകൾ ആ മന്ത്രം ഉരുവിടുന്നുണ്ടായിരുന്നു.

അന്യായ അവകാശങ്ങൾ

സ്ഥലം ജയ്ഹിന്ദ് മാർക്കറ്റ്. സമയം രാത്രി പത്തര. ഒരു വാനിൽ മുട്ട കൂടകൾ എത്തി. പി.പി. സ്റ്റോഴ്സിലേക്ക്. ലോഡ് ഇറക്കുവാൻ ചുമട്ട് തൊഴിലാളികളെ അന്വേഷിച്ചു. ആരുമില്ല. ലോഡ് ഇറക്കി തിരിച്ചു പോകുവാൻ വെമ്പൽ കൂട്ടുന്ന വാൻകാർ. കടയുടമയും മറ്റുള്ളവരും ചേർന്ന് ലോഡ് ഇറക്കി തുടങ്ങി. ആകെയുള്ള ഇരുപത്തി ഒമ്പത് കൂടകളിൽ ഇരുപത്തിനാലും അവർ ഇറക്കി കഴിഞ്ഞു. അപ്പോഴേക്കും ഒരു ചുമട്ട് തൊഴിലാളി എവിടെനിന്നോ പാഞ്ഞെത്തി.

"എന്താ കാണിക്കുന്നേ ഞങ്ങളുടെ പണി നിങ്ങൾ എടുക്കുകയോ" അയാൾ ചോദിച്ചു.

"ഇറക്കിക്കൊള്ളു." കട ഉടമ പ്രതിവചിച്ചു.

ബാക്കി അഞ്ച് കൂടകളും അയാൾ ഇറക്കി. അഞ്ച് കൂടകൾക്ക് ഓവർടൈം അനുസരിച്ചുള്ള കൂലി വാങ്ങി അയാൾ പോയി. പിറ്റേ ദിവസം രാവിലെ കട തുറന്നപ്പോൾ കടക്കുള്ളിൽ കൂടകൾ കണ്ട് ആ പ്രദേശത്ത് പണിയെടുക്കാറുള്ള തൊഴിലാളികൾക്ക് സംശയം തോന്നി.

തങ്ങളിറക്കാതെ എങ്ങിനെ കൂടകൾ അകത്ത് വന്നു. അവർ തമ്മിൽ തമ്മിൽ അന്വേഷണം ആരംഭിച്ചു. അഞ്ച് കൂടകൾ ഇറക്കിയവനെ കണ്ടുപിടിച്ചു. ബാക്കിയുള്ളത് ആര് ഇറക്കി. ചോദ്യം ബാക്കിയായി. കുറച്ചു കഴിഞ്ഞപ്പോൾ ഒരു നിഗമനത്തിലെത്തി. ഉടമകൾ തന്നെ ഇറക്കിയതാകാം.

അഞ്ച് കൂടകൾക്ക് വാങ്ങിയ കൂലി തിരിച്ച് ഉടമയ്ക്ക് കൊടുക്കുവാൻ മറ്റുള്ള തൊഴിലാളികൾ കൂലി വാങ്ങിയ തൊഴിലാളിയെ നിർബന്ധിച്ചു.

അയാൾ അതനുസരിച്ച് പ്രവർത്തിച്ചു. ഉടമ കാര്യം മനസ്സിലാകാതെ മിഴിച്ചു നിന്നു. രണ്ട് ദിവസം കഴിഞ്ഞ് മറ്റൊരു ലോഡ് മുട്ട ആ കടയിലേക്ക് വന്നു. തൊഴിലാളികൾ ഇറക്കുവാൻ വിസമ്മതിച്ചു. "മുൻപ് ഉടമകൾ ഇറക്കിയ മുട്ട കുടകളുടെ കൂലി തന്നെങ്കിൽ മാത്രമെ ലോഡ് ഇറക്കുകയുള്ളൂ.'' തൊഴിലാളികൾ വാശി പിടിച്ചു. വാഹനം തിരിച്ചുകൊണ്ട് പോകുവാൻ ശ്രമിച്ചപ്പോൾ അതിനും അവർ സമ്മതിച്ചില്ല. ഉടമകൾ പലതും പറഞ്ഞുനോക്കി. രക്ഷയില്ല. ഗത്യന്തരമില്ലാതായപ്പോൾ ഉടമ ചിന്തിച്ചു. ഇനിയെന്താണൊരു മാർഗ്ഗം. ഉടനെ വ്യാപാരി സംഘടനാ ഓഫീസിൽ വിവരം അറിയിക്കുക. അവർ വ്യാപാരി നേതാവിനെ സമീപിച്ചു. അദ്ദേഹത്തിന്റെ നിർദ്ദേശപ്രകാരം പോലീസ് സ്റ്റേഷനിൽ പരാതി ബോധിപ്പിച്ചു. പരാതിയുടെ കോപ്പി സംഘടനാ ഓഫീസിൽ നൽകി. ഓഫീസിൽ ലഭിച്ച പരാതിയുടെ വെളിച്ചത്തിൽ വ്യാപാരി നേതാവ് പോലീസ് സ്റ്റേഷനിൽ വിളിച്ച് വിവരം അന്വേഷിച്ചു.

"ഞങ്ങൾ അങ്ങോട്ട് പോവുകയാണ്. തൊഴിലാളി നേതാവിനെ വിവരം അറിയിച്ചിട്ടുണ്ട്. പ്രശ്നം ഞങ്ങൾ പറഞ്ഞ് പരിഹരിച്ചുകൊള്ളാം. താങ്കൾ ഇങ്ങോട്ട് വന്ന് ബുദ്ധിമുട്ടണ്ട. പക്ഷേ, ഉടമയോട് പറയണം ഇനി ഇതാവർത്തിക്കരുതെന്ന്.'' സബ് ഇൻസ്പെക്ടർ പറഞ്ഞു.

"ഉടമയോട് അങ്ങിനെ പറയുവാൻ സാദ്ധ്യമല്ല. മാത്രമല്ല, ഇത്തരം തടസ്സപ്പെടുത്തലുകൾ ഇനി ആവർത്തിക്കുകയില്ല എന്ന് തൊഴിലാളികൾ ഞങ്ങൾക്ക് എഴുതിത്തരണം. എടുത്ത പണിക്കേ കൂലി ചോദിക്കാവൂ എന്ന് ഞങ്ങൾ യൂണിയനുകൾ തമ്മിൽ ഉണ്ടാക്കിയ കരാറിൽ പറഞ്ഞിട്ടുള്ളതാണ്. പണിയെടുക്കാതെ കൂലി കൊടുക്കുവാൻ സാദ്ധ്യമല്ല. അതിന്റെ പേരിൽ തടസ്സങ്ങൾ സൃഷ്ടിക്കുവാനും ഞങ്ങൾ സമ്മതിക്കുകയില്ല. പണി വരുമ്പോൾ തൊഴിലാളികളെ കാത്ത് കാത്ത് നിന്ന് മുരടിക്കുവാൻ സാധിക്കുകയില്ലല്ലോ.''

വ്യാപാരി നേതാവ് പറഞ്ഞു.

"ശരി... ഞങ്ങൾ നോക്കട്ടെ. പ്രശ്നം ഉടൻ തീർക്കാം.'' ഇൻസ്പെക്ടർ പറഞ്ഞു.

പോലീസ് ഇടപെട്ടു. തൊഴിലാളി നേതാവ് എത്തി. തൊഴിലാളികൾ ലോഡ് ഇറക്കി. ഇറക്കിയ ആ ലോഡിന് മാത്രം കൂലി വാങ്ങിച്ചു. നേരത്തെ തിരിച്ചു നൽകിയ കൂലിയും തൊഴിലാളികൾക്ക് തിരിച്ചുകൊടുത്തു. എല്ലാം ശുഭം. എത്ര വേഗത്തിൽ. എത്ര സമാധാനത്തോടെ.

ഗോസ്റ്റ് മണി

തിരമാലകളുടെ തിരുവിളയാടൽ തിരുതകൃതിയായി നടക്കുന്നതു കണ്ട് ഒരു കൊച്ചുകുട്ടിയെപ്പോലെ കൈകൊട്ടി ചിരിച്ചു നിൽക്കുന്ന കൊച്ചി നഗരം.

ആഴക്കടലിൽ അനേകനാൾ അലഞ്ഞ് തിരിഞ്ഞ് അന്തിയുറക്കത്തിനായി താവളത്തിലെത്തിയ സംതൃപ്തിയോടെ നെടുവീർപ്പുകളയക്കുന്ന പടുകൂറ്റൻ കപ്പലുകൾ. ചക്രവാളസീമയിൽ കറുത്ത ബിന്ദുക്കളായി തുള്ളിക്കളിക്കുന്ന നൗകകൾ.

പഴയ സ്മരണകളെ അയവിറക്കുകയും പുതിയ സംഭവങ്ങളിൽ വേവലാതി പൂണ്ട് നിൽക്കുകയും ചെയ്തുകൊണ്ട് രാജകീയ പ്രൗഢിയുടെ തലയെടുപ്പോടെ കൊച്ചി തുറമുഖം എന്തിനോ ആകാംക്ഷയോടെ കാത്ത് നിൽക്കുന്നു. എന്താണ് പതിവിന് വിപരീതമായ വമ്പിച്ച ജനക്കൂട്ടം. ഇതിന് മുമ്പും തുറമുഖ തൊഴിലാളികൾ അവരുടെ യൂണിയന്റെ വാർഷികാഘോഷങ്ങൾ നടത്താറുള്ളതാണല്ലോ.

ഇന്നെന്താ... ഇത്ര പ്രത്യേകത.

എന്താണ് ഒരു എനൗൺസ്മെന്റ് നടക്കുന്നത്. കേൾക്കുവാൻ സാധിക്കുന്നില്ലല്ലോ. ഈ പിള്ളേർ ഇങ്ങിനെ ബഹളം വച്ചാൽ എങ്ങിനെ കേൾക്കുവാൻ സാധിക്കും. ഒന്നു മിണ്ടാതിരിക്കിൻ... ഞാനൊന്ന് ശ്രദ്ധിക്കട്ടെ.

“ഏഴൈ തോഴൻ... മക്കൾതിലകം ...അദ്ധ്വാനിക്കുന്നവരുടെ കണ്ണിലുണ്ണി... തമിഴ്നാട് മുഖ്യമന്ത്രി ശ്രീ. എം.ജി. രാമചന്ദ്രൻ, കൊച്ചി തുറമുഖ തൊഴിലാളി യൂണിയന്റെ വാർഷികാഘോഷ പരിപാടികളിൽ

പങ്കെടുക്കുന്നതിന് ഉടനെ എത്തിച്ചേരുന്നു.''

ഓ... നമ്മുടെ സിനിമാനടൻ എം.ജി.ആർ... ഏഴൈ തോഴനോ, മക്കൾതിലകമോ, മുഖ്യമന്ത്രിയോ ആയതുകൊണ്ടല്ല ജനം കൂടുന്നത്. സിനിമാനടനായതുകൊണ്ടാണ് അല്ലേ...

സംഘാടകർക്ക് വിവരമുണ്ട്. ഇത്രയധികം തൊഴിലാളി നേതാക്കൾ വിഹരിക്കുന്ന നാട്ടിൽ പുതിയൊരു തൊഴിലാളി സ്നേഹിയെ ഇറക്കുമതി ചെയ്യേണ്ട കാര്യമെന്താണ്.

അതോ ഇവിടെയുള്ള നേതാക്കളെ ഒന്നിനും കൊള്ളില്ലെന്നുണ്ടോ...

എന്തെങ്കിലുമാകട്ടെ... പൂച്ചക്കെന്ത് പൊന്നുരുക്കുന്നിടത്ത് കാര്യം. ഏതായാലും വെള്ളിത്തിരയിലെ ആ ധീരനായകനെ ഇന്നൊന്നു നേരിൽ കാണാമല്ലോ. സത്യത്തിനും ധർമ്മത്തിനും വേണ്ടി പട പൊരുതുന്നവൻ. പാവങ്ങളുടെ കണ്ണുനീര് തുടക്കുന്നവൻ. തൊഴിലാളിവർഗ്ഗത്തിന്റെ അവകാശങ്ങൾക്ക് വേണ്ടി സന്ധിയില്ലാ സമരം ചെയ്യുന്നവൻ. ഏത് പ്രതിസന്ധിയേയും ഒറ്റക്ക് നിന്ന് നേരിടുന്നവൻ. അങ്ങിനെയെത്രയെത്ര കഥാപാത്രങ്ങളെ വെള്ളിത്തിരയിൽ പ്രതിനിധീകരിച്ചവനാണ് എം.ജി. ആർ. എത്ര കാലമായി നടത്തിയ അഭിനയയജ്ഞമാണ്. താൻ അവതരിപ്പിച്ച കഥാപാത്രങ്ങളിലൂടെ തമിഴ്നാട്ടിലെ ജനങ്ങളുടെയിടയിൽ അത്രയധികം സ്വാധീനം ചെലുത്തുന്ന മറ്റൊരാൾ വേറെയില്ല. വാദ്ധ്യാർ പടങ്ങൾ തമിഴ്നാട്ടിൽ മാസങ്ങളോളം ഓടും. വാദ്ധ്യാർ പടങ്ങൾ കാണുന്നതിന് വേണ്ടി എന്തും സഹിക്കുവാൻ തമിഴർ തയ്യാറാണ്. അവരുടെ കൺ കണ്ട ദൈവമാണ് എം.ജി. ആർ. സംശയമില്ല. വാദ്ധ്യാർ പടങ്ങൾ കേരളത്തിലും പ്രദർശിപ്പിച്ചിട്ടുണ്ട്. അക്കാലങ്ങളിൽ തൊഴിലും സമ്പാദ്യവും ഇല്ലാതെ അങ്ങോട്ടും ഇങ്ങോട്ടും നടക്കുന്ന അവസരത്തിൽ, കൊച്ചിൻ തുറമുഖതൊഴിലാളി യൂണിയന്റെ ഇപ്പോഴത്തെ നേതാക്കളായി വിഹരിക്കുന്നവർ വാദ്ധ്യാർ പടങ്ങൾ കണ്ടിരിക്കാമെന്ന് സംശയിക്കേണ്ടിയിരിക്കുന്നു. അല്ലെങ്കിൽ ഈ വീരാരാധനക്ക് അവർ ശ്രമിക്കുമായിരുന്നില്ലല്ലോ.

വെള്ളിത്തിരയിൽ എന്നും എന്നും തൊഴിലാളികൾക്ക് വേണ്ടി നെടുങ്കൻ വാചകങ്ങൾ ഹിറ്റ് ചെയ്യുന്ന എം.ജി. ആർ തന്നെ വേണം തൊഴിലാളി യൂണിയന്റെ വാർഷികാഘോഷങ്ങളിൽ പങ്കെടുക്കുവാൻ എന്നവർ തീരുമാനിച്ചത് അത് കൊണ്ടാണല്ലോ.

അതുകൊണ്ട് എന്തെങ്കിലും ഗുണം അവർക്ക് കിട്ടാതിരിക്കുകയില്ലല്ലോ. എന്തിനാ ഇത്രയൊക്കെ ചിന്തിക്കുന്നത്. വേറെ തൊഴിലൊന്നും ഇല്ല അല്ലേ. എത്രയെത്ര നല്ല കാര്യങ്ങളുണ്ട് ചിന്തയിലേക്ക്

ആവാഹിക്കുവാൻ.

ഹായ്... ആരവം കേൾക്കുന്നു. ജയ് വിളികൾ ഉയരുന്നു. ഏഴൈതോഴൻ... വാഴ്ക... വാഴ്ക, മക്കൾതിലകം... വാഴ്ക... വാഴ്ക, എം.ജി. ആർ... വാഴ്ക... വാഴ്ക.

തൊഴിലാളി ഐക്യം സിന്ദാബാദ്...

എന്തൊരു ഗാംഭീര്യം, കറുത്ത കണ്ണട, ടർക്കി തൊപ്പി, നീളൻ കയ്യുള്ള ഷർട്ട്, തറവാടി തന്നെ. സ്റ്റേജിൽ എം.ജി. ആറിനോടൊപ്പം തൊഴിലാളി നേതാക്കൾ ഇരുന്നു. ഫ്ളാഷുകൾ മിന്നി.

എം.ജി.ആറിന്റെ പ്രസംഗം തമിഴിലാണെങ്കിൽ രസമായിരിക്കും. സിനിമയിൽ കേട്ടിട്ടില്ലേ... അത്പോലെ ഒന്ന് ഇപ്പോൾ നേരിൽ കേൾക്കാം. ആരും അലോസരപ്പെടുത്തരുതേ. എം.ജി.ആർ മൈക്കി നടുത്തേക്ക് നീങ്ങുന്നു. തമിഴിൽ പ്രസംഗം തുടങ്ങുന്നു. കയ്യടികൾ... കയ്യടികൾ തന്നെ. ഇടയ്ക്കെല്ലാം കയ്യടികൾ. തമിഴിലായതുകൊണ്ട് മുഴുവനും മനസ്സിലാകുന്നില്ല. ആരോടെങ്കിലും ചോദിക്കാം. വരട്ടെ...

പക്ഷേ സ്റ്റേജിലെ അങ്കം കാണുവാൻ രസമുണ്ട്. സ്റ്റേജിലിരുന്ന മറ്റു തൊഴിലാളി നേതാക്കൾ പന്തം കണ്ട പെരുച്ചാഴിയെപ്പോലെ പകച്ചു നിൽക്കുന്നു. അതിലൊരാൾ ഇടക്കെല്ലാം പ്രസംഗത്തിനിടക്ക് എം.ജി. ആറിനോട് പലതും ആംഗ്യഭാഷയിൽ സംസാരിക്കുന്നുണ്ട്. അദ്ദേഹം അത് ശ്രദ്ധിക്കുന്നില്ല. പ്രസംഗം തുടരുകയാണ്. കയ്യടി... നെടുനീളൻ കയ്യടി. പ്രസംഗം അവസാനിച്ചു. തൊഴിലാളി നേതാക്കളുടെ മുഖത്ത് ഒരു തുള്ളി ചോരയില്ല. എന്ത് പറ്റി ആവോ... എന്താണ് എം.ജി.ആർ പറഞ്ഞത്. യോഗം കഴിഞ്ഞ് കൂട്ടംകൂടി നിൽക്കുന്നവരിൽനിന്നും കാര്യം മനസ്സിലാക്കി. തൊഴിൽമേഖലയിലെ രാഷ്ട്രീയക്കാരുടെ നുഴഞ്ഞുകയ റ്റത്തെ എം.ജി.ആർ ശക്തിയായി വിമർശിച്ചുവെന്ന്. പ്രസംഗത്തിന്റെ ഏകദേശരൂപം ഇങ്ങിനെയായിരുന്നുവത്രെ.

"തൊഴിലാളികളുടെ നേതാക്കൾ തൊഴിലാളികൾ തന്നെയായി രിക്കണം. അല്ലാതെ പുറമെ നിന്ന് വരുന്ന രാഷ്ട്രീയക്കാരനാകരുത്. അത്തരം രാഷ്ട്രീയ നേതാക്കൾ, തൊഴിലാളികളേയും മാനേജ്മെന്റിനേ യും, രാഷ്ട്രത്തേയും ഒരുപോലെ ചൂഷണം ചെയ്ത് വമ്പൻമാരായിത്തീർന്ന ചരിത്രമേ ഇവിടെയുള്ളൂ. തൊഴിലാളികളുടെ ന്യായമായ അവകാശം നേടിയെടുക്കണമെങ്കിൽ, പണി എടുക്കുന്ന തൊഴിലാളികളിൽനിന്ന് അവർ നേതാവിനെ തിരഞ്ഞെടുക്കണം. സ്വതന്ത്രമായ തൊഴിലാളി പ്രസ്ഥാനം വളരണം. എല്ലാ തൊഴിലാളികളും രാഷ്ട്രീയത്തിനതീതമായി ഒറ്റക്കെട്ടായി സംഘടിക്കണം. ഇവിടെ എല്ലാ രാഷ്ട്രീയ പാർട്ടികളും

തൊഴിലാളിസംഘടനകളെ ഭിന്നിപ്പിക്കുവാൻ ശ്രമിക്കുന്നു. അവരെ തമ്മിലടിപ്പിക്കുന്നു. അതിനിടയിൽ രാഷ്ട്രീയക്കാർ സ്വന്തം കാര്യം നേടുന്നു. തൊഴിലാളി മേഖലയിൽനിന്ന് രാഷ്ട്രീയക്കാരെ ഒഴിവാക്കുക തന്നെ വേണം. ബോണസ്സിനു വേണ്ടി തൊഴിലാളികളെ കൊണ്ട് സമരം ചെയ്യിച്ച്, നേടിയെടുക്കുന്ന ബോണസ്സിനേക്കാൾ കൂടുതൽ വേതനം നഷ്ടപ്പെടുത്തുകയും നേടിയെടുത്തൊരു ബോണസ്സിൽ നിന്നൊരു വിഹിതം ലഭിക്കുന്നതിന് ആർത്തി പൂണ്ട് നിൽക്കുന്നവനുമല്ലേ രാഷ്ട്രീയക്കാരനായ തൊഴിലാളിനേതാവ്. ഇവിടെ നഷ്ടപ്പെടുന്നത് തൊഴിലാളിയും നേടുന്നത് രാഷ്ട്രീയക്കാരായ തൊഴിലാളി നേതാക്കളുമാണ്. ഇതിനുവേണ്ടി ഇവർ ആഹ്വാനം ചെയ്യുന്ന ആഭാസസമരങ്ങൾ മൂലം അനേകം തൊഴിലവസരങ്ങൾ നഷ്ടപ്പെട്ടിട്ടില്ലേ. അത് വരും തലമുറയോട് ചെയ്യ ഒരു പാപമല്ലേ. സമയത്ത് സാധനങ്ങൾ ഇറക്കി മടങ്ങി പോകുവാൻ സാധിക്കാതെ വരുന്ന കപ്പലുകൾ ഈ തുരമുഖത്ത് ഇനി അടുക്കുമെന്ന് കരുതുവാൻ സാധിക്കുമോ... ഇവിടെനിന്ന് സാധനങ്ങൾ കയറ്റിക്കൊണ്ട് പോകുവാൻ അവർ വരുമോ. ലോകകമ്പോളത്തിൽ ഒരു കാലത്ത് ആധിപത്യം സ്ഥാപിച്ചിരുന്ന കേരളത്തിന്റെ സ്ഥിതി ഇന്നെന്താണ്. പല കയറ്റിറക്കുകളും ഇന്ന് ഈ തുറമുഖത്തോട് വിട പറഞ്ഞില്ലേ.തൊഴിലാളികളുടെ ശരിയായ ആവശ്യത്തിനുവേണ്ടി മാത്രമേ സമരം ചെയ്യാവൂയ രാഷ്ട്രീയക്കാരെ വളർത്തുവാൻ സമരം ചെയ്യരുത്. പണിമുടക്ക് അവസാനത്തെ ആയുധം മാത്രമാണ്. അതനുസരിച്ച് പ്രവർത്തിക്കുവാൻ തൊഴിലാളികൾ തയ്യാറാകണം.''

ബലേ ഭേഷ്... ഉശിരൻ...

സിനിമാനടനാണെങ്കിലും ശരിയായ വിവരമുള്ളവൻ. നീ വാഴ്ക... വാഴ്ക. ഈ കാലത്തിനിടയ്ക്ക് ഒരാളെങ്കിലും നല്ല വാക്ക് പറഞ്ഞ് കൊടുക്കുവാൻ വന്നല്ലോ. സമാധാനമായി.

പഴയ പ്രതാപം ഒന്ന് സ്വപ്നം കാണട്ടെ. ചക്കിന് വച്ചത് കൊക്കിന് കൊണ്ടിരിക്കുന്നു. പ്രസംഗത്തിനിടയ്ക്ക് നേതാക്കൾ കാണിച്ച അങ്കലാപ്പിന്റെ അർത്ഥം ഇപ്പോഴല്ലേ മനസ്സിലാകുന്നത്. വമ്പൻമാരായവർക്ക് സഹിക്കുമോ.

പ്രസംഗത്തിനുശേഷം സംഘാടകരുടെ ആത്മഗതം ഇങ്ങിനെയായിരിക്കാമെന്ന് കരുതേണ്ടിയിരിക്കുന്നു.

" എടാ... തമിഴൻ കുരങ്ങേ... ഏഴൈതോഴനെന്നെല്ലാം വേഷം കെട്ടി ഇവിടെ വന്ന് ഞങ്ങളെ അപമാനിക്കുവാൻ നീ ശ്രമിക്കുകയായിരുന്നോ... കാണിച്ചുതരാമെടാ... ഉം''

എം.ജി.ആർ ആയതുകൊണ്ടാണ് അവിടെനിന്നും രക്ഷപ്പെട്ടത്. അദ്ദേഹത്തിന്റെ സിനിമയിലെ അഭ്യാസങ്ങൾ കണ്ട് അന്തം വിട്ടവരാണല്ലോ എല്ലാവരും.

"ഈശ്വരാ... ഇങ്ങനെയൊരബദ്ധം ഭൂലോകത്തിൽ ഇനിയൊരുത്തർക്കും സംഭവിക്കരുതേ..."

കാലവും കോലവും മാറി

ജനനിബിഡമായ ചെട്ടിയങ്ങാടി ജംഗ്ഷൻ. എപ്പോഴും ബസ്സുകളുടെ തിക്കും തിരക്കും. റയിൽവേ സ്റ്റേഷനും ബസ്സ് സ്റ്റേഷനും അടുത്ത് തന്നെ. ധാരാളം ചെറുകിട വ്യാപാരികൾ അവിടെ ഉപജീവനമാർഗ്ഗം കണ്ടെത്തിയിട്ടുണ്ട്. അതിലൊരാളാണ് ജോണി. അനേകകാലമായി അവിടെ വ്യാപാരം ചെയ്യുന്ന ഒരു ചെറുകിടവ്യാപാരി. അന്നന്നത്തെ അഷ്ടിക്ക് കഠിനാദ്ധ്വാനം ചെയ്യുന്നവൻ. അയാൾക്കുണ്ടായ ഒരനുഭവം കേൾക്കണ്ടേ. പറയാം.

ഒരു ഞായറാഴ്ച ഉച്ച നേരം

രണ്ട് ചുമട്ട് തൊഴിലാളികൾ കടയുടെ മുന്നിലെത്തി. "ആ രണ്ട് കത്തികൾക്കെന്താ വില." അവർ ചോദിച്ചു.

"പത്ത് രൂപ" വ്യാപാരി പറഞ്ഞു.

"ശരി... " ഒന്നിരുത്തി മൂളി കത്തികൾ വാങ്ങാതെ അവർ തിരിച്ചു പോയി. കുറച്ച് കഴിഞ്ഞപ്പോൾ ആ വ്യാപാരി അയാളുടെ കൊച്ചുമകനെ കടയുടെ ഭാരമേല്പിച്ച് ഉച്ചയൂണിനായി പോയ നേരം സന്ദർഭം മനസ്സിലാക്കിയ ആ രണ്ട് ചുമട്ട് തൊഴിലാളികൾ വീണ്ടും കടയുടെ മുന്നിലെത്തി.

കടയുടമയുടെ പയ്യൻ നോക്കിനില്ക്കേ അവർ കടയിൽനിന്ന് ആ രണ്ട് കത്തികൾ ബലമായി എടുത്ത്കൊണ്ടുപോയി, പണം കൊടുത്തതുമില്ല. പിതാവ് വന്നപ്പോൾ മകൻ വിവരങ്ങൾ പറഞ്ഞു. എന്തു ചെയ്യാം. സഹിക്കാതെ പറ്റില്ലല്ലോ. ആരുംതന്നെ സഹായിക്കുവാൻ ഉണ്ടാവുകയില്ല. അന്ന് രാത്രി അയാൾക്കുറക്കം വന്നില്ല. പത്ത് രൂപയുടെ നഷ്ടം അയാൾക്കൊരു നഷ്ടം തന്നെയാണ്. ചട്ടമ്പിത്തരത്തിന് മുന്നിൽ

നിസ്സഹായനായി മാറിയ വ്യാപാരിയുടെ സ്മൃതിമണ്ഡലത്തിൽ ഒരു കൊള്ളിയാൻ മിന്നി.

തന്റെ സംഘടന. അടുത്ത കാലത്താണ് താൻ വ്യാപാരി സംഘത്തിൽ ചേർന്നത്. വ്യാപാരിവ്യവസായി സമിതിയിൽ അഫിലി യേറ്റ് ചെയ്ത ആ സംഘടനയിൽ ഞാൻ അംഗമാണ്. അവർ തനിക്ക് പലിശയില്ലാ വായ്പ തന്നിട്ടുണ്ട്. തന്റെ ഈ ആപത്തിലും തന്റെ സംഘടന തന്നെ രക്ഷിക്കും. തീർച്ച.

പിറ്റേ ദിവസം അതിരാവിലെ അയാൾ തന്നെ സംഘടനയിൽ ചേർത്ത വ്യാപാരി നേതാവിനോട് വിവരം പറഞ്ഞു. നേതാവ് സംഭവ സ്ഥലത്തെത്തി. അവിടത്തെ ചുമട്ട് തൊഴിലാളികളോട് ചോദിച്ചു.

"ആരാണ് കത്തി തട്ടിക്കൊണ്ട് പോയത്? ഉടനെ തിരിച്ച് തന്നില്ലെങ്കിൽ സംഗതികൾ വഷളാകും."

ചുമട്ട് തൊഴിലാളികളുടെ ഈ കൂട്ടത്തിൽ കത്തി തട്ടിയെടുത്ത തൊഴിലാളികളും ഉണ്ടായിരുന്നു.

പഴയ കാലമല്ല. സംഗതികൾക്ക് മാറ്റം വന്നിട്ടുണ്ട് എന്ന് മനസ്സി ലാക്കിയ ചുമട്ട് തൊഴിലാളികൾ വ്യാപാരിനേതാവിനോട് വളരെ സൗമ്യസ്വരത്തിൽ പറഞ്ഞു.

"ഇനി ഇതാവർത്തിക്കുകയില്ല. ഉടനെതന്നെ കത്തികളുടെ പണം വ്യാപാരിയെ ഏല്പിച്ചേക്കാം. കുഴപ്പങ്ങളൊന്നും ഉണ്ടാക്കരുത്." കത്തിയുടെ പണം ലഭിച്ച ആ ചെറുകിട വ്യാപാരി തന്റെ സംഘടനയെ വാനോളം സ്തുതിച്ചു.

കരിങ്കൽഭിത്തികൾ കേഴുന്നു.

കടലിലെ തിരമാലകൾ കരഞ്ഞപേക്ഷിച്ചു. തങ്ങളെ തടുക്കരുതെന്ന്. തീരം നിശ്ചലനായി നിന്നു. നിരാശരായി തിരമാലകൾ മടങ്ങി. വീണ്ടും തിരിച്ചുവന്ന് അപേക്ഷിച്ചു. തീരം നിശ്ചലം തന്നെ. തിരമാലകളുടെ ശല്യം സഹിക്കാതായപ്പോൾ തീരത്ത് കരിങ്കൽഭിത്തികൾ ഉയർത്തി. കരളലിയാത്ത കരിങ്കൽഭിത്തികൾ. തിരമാലകളുടെ ശല്ല്യത്തിൽനിന്നും തീരത്തിന് രക്ഷപ്പെടുവാൻ. തിരമാലകൾ തിരിച്ചുചെന്ന് കടലമ്മയോട് പരാതി പറഞ്ഞു. സഹായം അഭ്യർത്ഥിച്ചു.

തന്റെ കൊച്ചുങ്ങളുടെ അപേക്ഷകളെ തിരസ്കരിക്കുകയും, കേൾക്കുവാൻ വൈമുഖ്യം കാണിക്കുകയും ചെയ്യുന്ന തീരത്തിനോട് അടങ്ങാത്ത അമർഷം കടലമ്മയ്ക്കുണ്ടായി. എല്ലാ ശക്തിയോടും കൂടി കടലിലെ തിരമാലകൾ ആഞ്ഞടിച്ചു. കരിങ്കൽഭിത്തികൾ തകർന്നുപോയി. തീരത്തിന്റെ പല ഭാഗങ്ങളും കടൽ വിഴുങ്ങിക്കളഞ്ഞു. ഈ പ്രക്രിയ യുഗയുഗാന്തരങ്ങളായി തുടർന്നുകൊണ്ടിരിക്കുന്നു. ഇതിനെ അനുസ്മരിപ്പിക്കുന്ന ഒരു സംഭവം അടുത്ത കാലത്തുണ്ടായി.

തൃശ്ശൂർ ജില്ലയിലെ തീരപ്രദേശമേഖലകളിൽപ്പെട്ട എടമുട്ടത്ത്. അവിടെയുള്ള ഒരു ചെറുകിട കൊപ്ര മിൽ ഉടമ കുറച്ച് മാസങ്ങൾക്ക് മുമ്പ് പെട്ടെന്ന് മരിച്ചു. നിരാലംബമായ കുടുംബം. പറക്കമുറ്റാത്ത പിഞ്ചുപൈതങ്ങൾ. മൂത്തകുട്ടി കോളേജ് വിദ്യാഭ്യാസത്തിലേക്ക് കാലൂന്നിയിട്ടേയുള്ളൂ.

മിൽ നടത്തുന്ന സ്ഥലം ഒരു നാട്ടുപ്രമാണിയിൽനിന്ന് അനേക കാലമായി ലീസ് വ്യവസ്ഥയിൽ എടുത്തതാണ്. മിൽ ഉടമ മരിച്ചപ്പോൾ,

നാട്ടുപ്രമാണിക്ക് “പ്രമാണിത്തരം ഉണർന്നു.” അയാൾ ഉടമയുടെ മകനോട് സ്ഥലം ഒഴിഞ്ഞ് തരുവാൻ ആവശ്യപ്പെട്ടു. മകൻ പ്രമാണിയോട് പറഞ്ഞു: “ഞാൻ മിൽ നടത്തുവാൻ ഉദ്ദേശിക്കുന്നില്ല. ഏതായാലും മാർച്ചിലാണല്ലോ കാലാവധി തീരുന്നത്. അതിന് മുമ്പ് ഡിസംബറിൽ തന്നെ ഞാൻ സ്ഥലം ഒഴിഞ്ഞു തന്നേക്കാം. അപ്പോഴേക്കും അച്ഛൻ കൊടുത്തുതീർക്കുവാനുള്ള കണക്കുകളും മറ്റ് കാര്യങ്ങളും പരിശോധിച്ച് വേണ്ടത് ചെയ്യുന്നതിന് സാവകാശം തരണം.”

പ്രമാണി വിടുന്ന ലക്ഷണമില്ല. “ഉടനെ തന്നെ സ്ഥലം വിട്ടു കിട്ടണം.” പിടിവാശി പിടിച്ചു. പോലീസിനെ സ്വാധീനിച്ച് മകനെ വിരട്ടുവാൻ തുടങ്ങി. മകന് ഗത്യന്തരമില്ലാതായി.ആരാരുമില്ലാത്ത തന്നെ ആര് സഹായിക്കാൻ. അങ്ങിനെയിരിക്കുമ്പോഴാണ് വ്യാപാരി വ്യവസായി സമിതിയുടെ പ്രവർത്തനങ്ങളെക്കുറിച്ച് പത്രങ്ങളിൽനിന്നു മനസ്സിലാക്കുന്നത്. വൈകിയില്ല. എടമുട്ടം മർച്ചന്റ്സ് അസോസിയേഷനെ വിവരം അറിയിച്ചു. അവർ പോലീസ് സ്റ്റേഷനിൽ പരാതിപ്പെട്ടു.

പോലീസുകാർ പ്രമാണിയുടെ ഭാഗത്താണ്. പ്രമാണി നൽകിയ വീര്യം അവരുടെ അകത്ത് കിടക്കുന്നുണ്ടല്ലോ. അവർ സമിതി നേതാക്കളോട് കയർത്തു. നേതാക്കൾ നിരാശരായി മടങ്ങി. പിറ്റേ ദിവസം തൃശ്ശൂരിൽ ചെന്ന് സമിതിയുടെ സംസ്ഥാന നേതാക്കളെ കണ്ട് വിവരം പറയണമെന്ന് തീരുമാനിക്കുകയും ചെയ്തു.

അന്ന്രാത്രിതന്നെ പ്രമാണിയുടെ ഗുണ്ടകൾ ലോക്കൽ പോലീസിന്റെ അറിവോടെതന്നെ പൂട്ട് തല്ലിപ്പൊളിച്ച് പ്രസ്തുത സ്ഥലം കയ്യേറുകയും പുതിയ പൂട്ടിട്ട് പൂട്ടുകയും ചെയ്തു. മകൻ കളം തുറക്കുവാൻ എത്തിയപ്പോൾ കളത്തിന് പുതിയ പൂട്ട്. പ്രമാണിയുടെ ഗുണ്ടകൾ മകനെ വിരട്ടിയോടിച്ചു. വീണ്ടും പോലീസ് സ്റ്റേഷനിൽ ചെന്ന് സമിതി നേതാക്കൾ വിവരം പറഞ്ഞു. ആരു കേൾക്കാൻ? ആരു നടപടിയെടുക്കാൻ? സമിതി നേതാക്കൾ തൃശ്ശൂർക്ക് പാഞ്ഞു. സംസ്ഥാന നേതാക്കളെ കണ്ട് സങ്കടം പറഞ്ഞു. സംസ്ഥാന നേതാക്കൾ നടപടികൾ സ്വീകരിക്കാൻ തുടങ്ങി. എടമുട്ടം മർച്ചന്റ്സ് അസോസിയേഷൻ ഭാരവാഹികളും സംസ്ഥാന നേതാക്കളും കൂടി പോലീസ് സൂപ്രണ്ടിനെ കണ്ടു. വിവരങ്ങൾ ധരിപ്പിച്ചു. വടക്കേ ഇന്ത്യക്കാരനായ ആ പോലീസ് സൂപ്രണ്ട് ഈ സംഭവം കേട്ട് അന്തംവിട്ടുപോയി. എന്ത്? തന്റെ ജൂറിസ്ഡിക്ഷനിലെ ഒരു പ്രദേശത്ത് ഇത്തരം ഒരു കയ്യേറ്റമോ? അതും ഒരു സാധാരണ പയ്യന്റെ നേരേ. അദ്ദേഹത്തിന്റെ നീതിബോധം സട കുടഞ്ഞെണീറ്റു. ഇരിഞ്ഞാലക്കുട ഡി.വൈ.എസ്.പി യോടായി എസ്.പി. പറഞ്ഞു.

"അച്ഛനില്ലാത്ത കുട്ടി. അവന്റെ നേരെയുള്ള ഇത്തരം കയ്യേറ്റം ഒരിക്കലും സമ്മതിക്കില്ല. നാല് ദിവസത്തിനകം സ്ഥലം ആ കുട്ടിയെ തിരിച്ചേൽപിച്ച് എനിക്ക് റിപ്പോർട്ട് ചെയ്യണം."

സമിതി നേതാക്കളെ അദ്ദേഹം സമാധാനിപ്പിച്ച് തിരിച്ചയയ്ക്കുകയും ചെയ്തു. സംഭവങ്ങൾ ഇത്രത്തോളമായെന്നറിഞ്ഞപ്പോൾ പ്രമാണിക്ക് അങ്കലാപ്പ് തുടങ്ങി. കയ്യേറ്റത്തിനും കളവിനും തന്റെ പേരിൽ കേസ് വരുമെന്ന് കണ്ട നാട്ടുപ്രമാണി ഒത്തുതീർപ്പിന് ശ്രമം തുടങ്ങി. പഞ്ചായത്ത് പ്രസിഡന്റടക്കം പലരേയും മദ്ധ്യസ്ഥരാക്കി ഇറക്കി. സമിതി നേതാക്കളും ഒത്തുതീർപ്പ് സംഭാഷണങ്ങളിൽ പങ്കെടുത്തു. അവിടേയും പ്രമാണിക്ക് വേണ്ടി ശബ്ദിക്കാനെ ആളുണ്ടായുള്ളു. ഒത്തുതീർപ്പ് നടന്നില്ല. എസ്.പി. പറഞ്ഞ ദിവസം കഴിഞ്ഞു.

സമിതിനേതാക്കൾ ഫോളോ അപ്പ് നടത്തി. സംഭവങ്ങളുടെ ഗൗരവം മനസ്സിലാക്കി ഇരിഞ്ഞാലക്കുട ഡി.വൈ.എസ്.പി പ്രശ്നത്തിൽ നേരിട്ട് ഇടപെടുകയും സമാധാനം കണ്ടെത്തുകയും ചെയ്തു.

കണക്കുകളും കാര്യങ്ങളും ശരിയാക്കുന്നതിന് മകന് തൽക്കാലം സ്ഥലം വിട്ടുകൊടുക്കുന്നതിനും, അതിനുശേഷം സ്ഥലം തിരികെ പ്രമാണിക്ക് നൽകുന്നതിന് കോമ്പൻസേഷനായി മിൽ ഉടമ, ഉടമസ്ഥന് നൽകേണ്ടിയിരുന്ന പന്തീരായിരം രൂപ വിട്ടുകൊടുക്കുകയും, കൂടാതെ എണ്ണായിരം രൂപ മകന് നൽകുന്നതിനും തീരുമാനമെടുത്തു.

ആരോരുമില്ലാത്ത തനിക്ക് സമയത്തിന് സഹായമെത്തിച്ച വ്യാപാരി വ്യവസായി സമിതിക്ക് ആ ഇളം തലമുറക്കാരൻ അഭിവാദ്യങ്ങളർപ്പിച്ചു.

ഒത്തെങ്കിൽ ചെക്കന്

വിശ്വപ്രശസ്ത സാഹിത്യകാരനാണല്ലോ വില്ല്യം ഷേക്സ്പിയർ. അദ്ദേഹത്തിന്റെ അത്രതന്നെ പ്രശസ്തി പിടിച്ചുപറ്റിയ അദ്ദേഹത്തിന്റെ സൃഷ്ടിയാണ് "ഒഥല്ലോ" എന്ന നാടകം. ആ നാടകത്തിൽ 'ഇയാഗോ' എന്നൊരു കഥാപാത്രമുണ്ട്. അസൂയാലുക്കളും കുബുദ്ധികളും ആയ കഥാപാത്രങ്ങളിൽ ഇയോഗോവിന് സമാനനായി ഇന്നുവരേക്കും ആരും ആരേയും സൃഷ്ടിച്ചിട്ടില്ല. കരുത്തനായ ഒഥല്ലോവിന്റെ മനസ്സിൽ ഇടക്കിടക്ക് ശങ്കാവിഷം കുത്തിവച്ച് അതിന്റെ പ്രവർത്തനത്താൽ ആ കരുത്തൻ തളരുന്നുണ്ടോ എന്ന് വീക്ഷിക്കുകയും ഇല്ലെങ്കിൽ ആവശ്യാനുസരണം ഡോസുകൾ നൽകി അദ്ദേഹത്തെ തുരത്തുന്നതിന് ശ്രമിക്കുകയും ചെയ്യുന്ന പ്രതികാരദാഹിയും കുബുദ്ധിയുമായ ഇയാഗോവിനെ അനുകരിച്ച് അനേകം അഭിനവ ഇയാഗോമാർ ഇന്ന് രംഗത്തുള്ളതായി കാണുന്നു. അനേകങ്ങളിൽ ഒരു ദൃഷ്ടാന്തം ഇതാ.

വ്യാപാരി-വ്യവസായി സമിതി ശക്തിപ്രാപിച്ചു എന്ന് ബോദ്ധ്യപ്പെട്ടിട്ട് കൂടി, ആ ശക്തിയെ ഇടക്കിടക്ക് പരീക്ഷിച്ച് അത് തളരുന്നുണ്ടോ എന്ന് നോക്കുവാനും, തളരുന്നുണ്ടെങ്കിൽ വ്യാപാരി പ്രസ്ഥാനത്തെ ഒട്ടാകെ തകിടം മറിക്കുവാനും ഈ അഭിനവ ഇയാഗോമാർ ശ്രമിച്ചുകൊണ്ടിരിക്കുന്നുണ്ട്. അല്ലെങ്കിൽ ശാന്തമായ അന്തരീക്ഷത്തിൽ ഇടക്കിടെ അപസ്വരങ്ങൾ ഉയരേണ്ട ആവശ്യമില്ലല്ലോ. സംഭവം നിസാരമാണ്. പക്ഷേ, പതറിയിരുന്നുവെങ്കിൽ ഫലം ദൂരവ്യാപകവും.

ഹൈറോഡിലെ ഒരു കടയിലേക്ക് ഒരു ലോഡ് ഫ്രിഡ്ജ് വന്നു. ഇത്രയും കാലമായി ആ കടയിലെ സ്ഥിരം ജോലിക്കാരാണ് അൺലോഡിംങ്ങ് നടത്താറുള്ളത്. തൊഴിൽ കയ്യേറ്റങ്ങളുടെ കൊട്ടുംകാറ്റ്

ആഞ്ഞടിച്ചിരുന്ന കാലങ്ങളിൽപ്പോലും കടപുഴകാതെ നിന്നിരുന്ന ഒരു മൗലികാവകാശമായി അത് വേരുറച്ചിരുന്നു. അതിന്മേൽ കയ്യ് വച്ച് ശക്തി പരീക്ഷിക്കുവാനാണ് ഈ അഭിനവ ഇയാഗോമാർ തയ്യാറായത്. കടയിലെ സ്ഥിരം ജോലിക്കാർ അൺലോഡിംങ്ങ് തുടങ്ങിയപ്പോൾ യൂണിയൻകാരെന്ന് അവകാശപ്പെടുന്ന ലോഡിംങ്ങ് ആന്റ് അൺലോഡിംങ്ങ് തൊഴിലാളികൾ അത് തടഞ്ഞു. ആ പണി അവർക്ക് കിട്ടണം പോൽ. പഴയ കീഴ്‌വഴക്കങ്ങളെ തകിടം മറിച്ച് പുതിയവ സൃഷ്ടിക്കുകയും, പുതിയതായി സൃഷ്ടിച്ച കീഴ്‌വഴക്കങ്ങൾക്ക് ഊന്നൽകൊടുത്ത് അവയാണ് കീഴ്‌വഴക്കങ്ങൾ എന്നുൽഘോഷിക്കുകയും ചെയ്യുന്നവരായിരുന്നല്ലോ ഇക്കൂട്ടർ.

കട ഉടമ വ്യാപാരിനേതാവിനെ വിവരം അറിയിച്ചു. വ്യാപാരിനേതാവ് സ്ഥലത്ത് വന്നു. ലോഡ് ഇറക്കുന്നത് തടഞ്ഞ തൊഴിലാളികളും അവരുടെ യൂണിറ്റ് നേതാക്കളുമായി ചർച്ച നടത്തി. തടഞ്ഞവർ വിടുന്ന ലക്ഷണമില്ല.

വ്യാപാരിനേതാവ് അന്ത്യശാസനം നൽകി. എന്താണ് സംഭവിച്ചതെന്ന് അറിഞ്ഞില്ല. കുറച്ചു കഴിഞ്ഞപ്പോൾ തടഞ്ഞവരെ അവിടെ കാണുന്നില്ല. കടയിലെ സ്ഥിരം തൊഴിലാളികൾ അൺലോഡിംങ്ങ് നടത്തുകയും ചെയ്തു. എന്തൊരു മറിമായം. ശക്തി പരീക്ഷിക്കുന്നതാണോ എന്ന സംശയം ബലപ്പെടുത്തുന്ന തരത്തിലാണ് ഈ പ്രവൃത്തി ഉണ്ടായത്. "ഒത്തെങ്കിൽ ചെക്കന്" എന്ന പഴമൊഴി സാധൂകരിക്കുന്ന മട്ടിൽ തന്നെ.

പാവങ്ങൾ ഇവരെന്തറിയുന്നു. ഇയാഗോവിനെക്കുറിച്ച് ശരിയായി മനസ്സിലാക്കാതിരുന്നതിനാലാണ് ഒഥല്ലോവിന് ആപത്ത് സംഭവിച്ചത്. എന്നാൽ ഈ അഭിനവ ഇയാഗോമാരുടെ പ്രവർത്തനരീതികളെക്കുറിച്ച് വ്യക്തമായി മനസ്സിലാക്കിക്കൊണ്ട് തന്നെയാണല്ലോ വ്യാപാരി-വ്യവസായി സമിതി മുന്നോട്ട് നീങ്ങുന്നത്. അപ്പോൾ അപകടം സംഭവിക്കുക ഇത്തരം ഇയാഗോമാരുടെ മാർഗ്ഗങ്ങൾക്കു തന്നെയായിരിക്കുമല്ലോ.

പിന്നെ എന്തിനാണ് ഇവർ ഈ വേഷംകെട്ടലിന് ഒരുങ്ങുന്നതെന്ന് എത്ര ആലോചിച്ചിട്ടും മനസ്സിലാക്കുവാൻ പ്രയാസം തോന്നും.

അത്രയും നേരം ആശങ്കയിൽ മുഴുകിനിന്ന കടഉടമ അതിൽനിന്നും മോചനം ലഭിച്ചപ്പോൾ സമിതിക്ക് നന്ദിയുടെ പൂച്ചെണ്ടുകൾ നേർന്നു കൊണ്ടിരുന്നു.

പീഡാനുഭവങ്ങൾ

തൃശൂർ ശക്തൻതമ്പുരാൻ മാർക്കറ്റിലെ വിശാലമായ തിരുമുറ്റം കൂട്ടിയിട്ടിരിക്കുന്ന പച്ചക്കറി കൂമ്പാരങ്ങൾ. വിൽക്കുന്നവരുടേയും വാങ്ങുന്നവരുടേയും ചുമട്ടുകാരുടേയും ശബ്ദകോലാഹലങ്ങൾ. ഓരോ കുട്ടകളിൽ പച്ചക്കറി വാങ്ങി വിൽപ്പന നടത്തുന്ന അനവധി ചെറു വ്യാപാരികളുണ്ട്. അത്തരം വ്യാപാരികളിൽ സ്ത്രീകളും കുട്ടികളുമുണ്ട്. ഇവരെ ഭീഷണിപ്പെടുത്തി എന്തെങ്കിലും കൈവശപ്പെടുത്തുക എന്നത് അവിടത്തെ യൂണിയനിലെ ചില തൊഴിലാളികളുടെ പതിവ് ആയിരുന്നു. ആരോടും പരാതിപ്പെട്ടിട്ട് ഫലമില്ലാതായിരുന്നു.

അന്നും പതിവനുസരിച്ച്, ആവശ്യപ്പെട്ടത് നൽകിയില്ല എന്ന കാരണത്താൽ ഒരു പിടിച്ചുപറി തൊഴിലാളി ഒരു പാവം സ്ത്രീ വ്യാപാരിയെ ചെകിട്ടത്തടിച്ചു. ജനം അമ്പരന്നു. കുറേപ്പേർ ഓടിക്കൂടി. സംഭവം കണ്ട അവിടത്തെ ചെറുകിട വ്യാപാരികളെല്ലാം കൂടി ചട്ടമ്പിയെ വളഞ്ഞു. ഒരടി നീങ്ങുവാൻ അനുവദിച്ചില്ല. എന്ത്? തൊഴിലാളിയെ ചെറുകിട വ്യാപാരികൾ വളഞ്ഞുവച്ചിരിക്കുകയോ? തൊഴിലാളികൾ പകച്ചുനിന്നു. അവനെ മോചിപ്പിക്കുവാൻ അവർക്കും ഭയമുണ്ട്. കാരണം ചെറുകിട വ്യാപാരികൾ സംഘടിച്ചിരിക്കുന്നു. തൊഴിലാളികളുടെ എണ്ണത്തേക്കാൾ കൂടുതലാണ് അവിടെയുള്ള ചെറുകിട വ്യാപാരികൾ. അവരെല്ലാം വ്യാപാരി വ്യവസായി സമിതിയിലെ അംഗങ്ങളായി തീർന്നിരിക്കുന്നു. ഇത്രയും കാലം തൊഴിലാളി യൂണിയനുകളാണ് പ്രസ്തുത ചെറുകിട വ്യാപാരികളെ നിയന്ത്രിച്ചിരുന്നത്.

കാലത്തിന്റെ ചുമരെഴുത്ത് മനസ്സിലാക്കിയ തൃശൂരിലെ ചെറുകിട വ്യാപാരികൾ എല്ലാവിധ സംരക്ഷണത്തിനും ഉറപ്പുവരുത്തുവാൻ വ്യാപാരി

സമിതിക്കേ സാധിക്കൂ എന്ന് മനസ്സിലാക്കിയതിന്റെ അടിസ്ഥാനത്തിൽ വ്യാപാരി സംഘം ഉണ്ടാക്കുകയും ഏകോപനസമിതിയിൽ അംഗത്വമെടുക്കുകയും ചെയ്തു എന്നത് പത്രദ്വാര ഏവരും മനസ്സിലാക്കിക്കഴിഞ്ഞിരുന്നു.

പ്രസ്തുത സംഭവം കണ്ട മറ്റു തൊഴിലാളികൾ അക്രമിക്ക് ശിക്ഷ കിട്ടണം എന്ന് പറഞ്ഞ് പിരിഞ്ഞുപോയി... ചട്ടമ്പി തൊഴിലാളിയെ ചെറുകിട വ്യാപാരികൾ വ്യാപാരി സംഘം സെക്രട്ടറിയുടെ മുന്നിലേക്ക് കൊണ്ടുവന്നു. സെക്രട്ടറിയോട് മാപ്പു പറഞ്ഞ് തൊഴിലാളി അവിടെ നിന്നും രക്ഷപ്പെട്ടു. എല്ലാവരും പിരിഞ്ഞു. ആത്മവിശ്വാസത്തോടെ ഏവരുടേയും ജോലിയിൽ മുഴുകി.

പിരിവ് തന്ത്രം

അധികാര കസേരയിൽ ചടഞ്ഞിരിക്കുന്നവരും അധികാരഭ്രഷ്ടരുമായ എല്ലാ രാഷ്ട്രീയകക്ഷികളും അവരവരുടെ പാർട്ടിഫണ്ടിലേക്ക് പിരിവ് തുടങ്ങിയിരിക്കുന്നു. ജനങ്ങളുടെ സമ്പത്തിനെ സ്വായത്തമാക്കുന്നതിനുള്ള രാഷ്ട്രീയ കക്ഷികളുടെ ശ്രമം. അധികാരത്തിൽ ഇരിക്കുമ്പോൾ ജനങ്ങളുടെ സമ്പത്ത് ഖജനാവിൽനിന്ന് ചോർത്തിയെടുക്കും. അല്ലാത്തപ്പോൾ ജനങ്ങളെ ഭീഷണിപ്പെടുത്തിയും പ്രലോഭിപ്പിച്ചും അവരുടെ സമ്പത്ത് കവർന്നെടുക്കും. ഇതാണല്ലോ പതിവ്. ഇപ്പോൾ ജനങ്ങളിൽനിന്ന് നേരിട്ട് പിരിവ് എടുക്കേണ്ട ആവശ്യം ഏതെങ്കിലും രാഷ്ട്രീയകക്ഷികൾക്കുണ്ടോ. കാരണം എല്ലാ കക്ഷികളും ഭരണത്തിലിരുന്നവരും ഭരണത്തിലിരിക്കുന്നവരും ആണല്ലോ. ഖജനാവിൽനിന്ന് ഇപ്പോഴും ചോർത്തുന്നുമുണ്ട്- ചോർത്തിയെടുത്തിട്ടുമുണ്ട്.

എന്നിട്ടും പിരിവിന് നടക്കുന്നത് കാണുമ്പോൾ ഒരു സംശയം. ഇത് ഒരു പ്രഹസനമാണോ. ജനങ്ങളുടെ കണ്ണിൽ പൊടിയിടുന്നതിനും ആർജ്ജിച്ചെടുത്ത സമ്പത്തിനെ വെള്ളയാക്കുന്നതിനും. ജനങ്ങൾ വിഡ്ഢികളാണെന്നാണല്ലോ ഇക്കൂട്ടർ ധരിച്ചിരിക്കുന്നത്. അപ്പോൾ ഇതും ഇതിനപ്പുറവും നടന്നില്ലെങ്കിലേ അതിശയിക്കുവാനുള്ളു. മൂക്കത്ത് വിരൽ വച്ച് നിൽക്കുകയല്ലാതെ മറ്റെന്ത് ചെയ്യുവാൻ സാധിക്കും.

പുത്തൻ രീതി

പൊന്നിൻചിങ്ങമാസത്തിലെ പൊന്നോണലഹരിയിൽ മുങ്ങിക്കുളിച്ച നിൽക്കുന്ന നഗരം. സമരങ്ങളുടെ അട്ട ഹാസങ്ങളും പോർവിളികളും മറന്ന സമാധാനത്തിന്റേതായ ഒരോണം തൃശ്ശൂരിൽ വന്നു ചേർന്നിരിക്കുന്നു. ചരിത്രം തിരുത്തിക്കുറിച്ചുകൊണ്ട്.

"മാനുഷരെല്ലാരും ഒന്നുപോലെ " എന്നതിന്റെ പ്രതിധ്വനി മുഴങ്ങുന്ന വർഗ്ഗസൗഹാർദ്ദത്തിന്റേതായ അന്തരീക്ഷത്തിൽ തൊഴിലാളികളും തൊഴിൽദായകരും ഒന്നുപോലെ ഒരു നല്ല ലക്ഷ്യത്തിനായി അദ്ധ്വാനിക്കുന്നു. മുദ്രാവാക്യത്തിന്റെ അലകളില്ല. നിറം മങ്ങിയ കൊടികളുടെ അരങ്ങേറ്റമില്ല. അതിന്റെ ഗുണമോ സാധാരണക്കാരായ പൊതുജനങ്ങൾക്കും. സമാധാനത്തിന്റേതായ അന്തരീക്ഷം എല്ലാറ്റിനും ഒരു ഉണർവ് പകർന്നിരുന്നു. എന്തിനും ഒരപവാദം എന്നതുപോലെ അല്പം ചില പൊട്ടലും ചീറ്റലും ഉണ്ടായി. പക്ഷേ, അതെല്ലാം നൈമിഷികങ്ങളായിരുന്നു. ഉത്രാടപാച്ചിലിന് തയ്യാറെടുക്കുന്ന പൂരാടം നാൾ. നഗരം ജനസമുദ്രമായി മാറിയിരിക്കുന്നു. കൊടുക്കലിന്റേയും വാങ്ങലിന്റേയും തിരക്ക് തന്നെ എവിടേയും. നഗരത്തിലെ തിരക്ക് പിടിച്ച ആസ്പത്രി ജംഗ്ക്ഷനടുത്ത പ്രധാന സ്റ്റേഷനറി കടയായ ഏ.ഡി. കരിയപ്പൻ സൺസിൽ ഒരു ചുമട്ട് തൊഴിലാളി കടന്നുവന്നു. അവിടത്തെ സ്ഥിരം പണിക്കാരനല്ലെന്ന് ആദ്യമേ ഓർമ്മ വേണം. "എനിക്കും ഓണബോണസ്സ് തരണം." അയാൾ ഉടമയോട് ആവശ്യപ്പെട്ടു.

"അതിന് താനിവിടത്തെ സ്ഥിരം പണിക്കാരനല്ലല്ലോ." ഉടമ ചോദിച്ചു.

“അതൊന്നും പറഞ്ഞാൽ പറ്റില്ല. ഓണം ബോണസ്സ് തന്നില്ലെങ്കിൽ ഇന്ന് കടയടപ്പിക്കുകയില്ല.'' പഴയ ഭീഷണിയുടെ ഒരാവർത്തനം. ഉടമ വിവരം വ്യാപാരി-വ്യവസായി നേതാക്കളിൽ ഒരാളെ അറിയിച്ചു. വ്യാപാരി നേതാവ് കടയിലെത്തി. സ്വതസിദ്ധമായ ശൈലിയിൽ തന്നെ കടയുടമയോട് പറഞ്ഞു. “സ്ഥിരം പണിക്കാരല്ല. അവർക്ക് ഓണം ബോണസ്സ് കൊടുക്കേണ്ട കാര്യമില്ല. പിന്നെ കടയടപ്പിക്കാതിരിക്കുന്നത് ആരാണെന്ന് ഒന്ന് കാണട്ടെ. ഇവിടെ ഞങ്ങളുമുണ്ടല്ലോ.''

അതിനുശേഷം നേതാവ് അവിടെ നിന്നിറങ്ങി. നേതാവിന്റെ സംസാരം അങ്ങ് മാറിനിന്നിരുന്ന ചുമട്ട് തൊഴിലാളി ശ്രദ്ധിച്ചിട്ടുണ്ടായിരുന്നു. അയാൾ വീണ്ടും കടയിലേക്ക് കയറിവന്നു. ഉടമയോട് താഴ്ന്ന സ്വരത്തിൽ പറഞ്ഞു “മുതലാളി ഇക്കാര്യം എന്തിനാ ചേമ്പറിൽ പറഞ്ഞത്. അതിന്റെയൊന്നും ആവശ്യമുണ്ടായിരുന്നില്ലല്ലോ. ഓണത്തിന് എനിക്കെന്തെങ്കിലും സന്തോഷമായി തന്നുകൂടെ. ഇടയ്ക്കെല്ലാം ഇവിടുത്തെ പണി ചെയ്യുന്നതല്ലേ. ഇഷ്ടമുണ്ടെങ്കിൽ എന്തെങ്കിലും തന്നാൽ മതി. അല്ലെങ്കിൽ ഞാൻ പൊയ്ക്കൊള്ളാം.''

ഭീഷണിസ്വരം മുഴക്കിയ തൊഴിലാളിയുടെ ദയനീയസ്വരം. തൊഴിലാളി നേർവഴിക്ക് വന്നപ്പോൾ കടഉടമ സന്തോഷത്തോടെ ഇരുപത്തിഅഞ്ച് രൂപ കൊടുത്തു. അതും വാങ്ങി അയാൾ പോയി. നോക്കണേ കാലം പോയ പോക്ക്.

വാമനവിജയം

"എന്താണ് ഇക്കൊല്ലം വാമനൻ സ്റ്റോറുകൾ തുറക്കാഞ്ഞത്." എവിടേയും മുഴങ്ങികേട്ട ഒരു ചോദ്യമായിരുന്നു അത്. കഴിഞ്ഞ കൊല്ലത്തെ വാമനൻ സ്റ്റോറുകളിലെ താഴ്ന്ന വിലനിലവാരവും ഉയർന്ന ഗുണനിലവാരവും പൊതുജനങ്ങളെ ആകർഷിച്ചിട്ടുണ്ടായിരുന്നു എന്നതിന്റെ ഉത്തമ ദൃഷ്ടാന്തമാണ് ആ ചോദ്യത്തിന്റെ ഉത്ഭവം. ദൈവത്തിന്റെ അവതാരം ചില പ്രത്യേകഘട്ടങ്ങളിൽ മാത്രമേ നടക്കുകയുള്ളൂ.

അസുരന്മാരുടെ 'താണ്ഡവത്തിൽ' ജനം സഹിക്കാതാവുമ്പോൾ അസുരനെ ഉന്മൂലനം ചെയ്യുന്നതിന് ദൈവാവതാരം അത്യന്താപേക്ഷിതമാണ്. വാമനൻ ഭഗവാൻ വിഷ്ണുവിന്റെ അവതാരമാണ്. വാമനാവതാരത്തിന്റെ ലക്ഷ്യം നിറവേറ്റിക്കഴിഞ്ഞപ്പോൾ വാമനൻ അപ്രത്യക്ഷനാവുകയും ചെയ്തു. വീണ്ടും അസുരതാണ്ഡവം കൊടുമ്പിരികൊണ്ടപ്പോൾ ഭഗവാൻ മറ്റൊരവതാരമെടുത്തു.

തീർച്ചയായും ജനങ്ങളെ ബുദ്ധിമുട്ടിക്കുന്ന സംവിധാനങ്ങൾ തുടരുകയാണെങ്കിൽ വാമനൻ സ്റ്റോറുകൾക്ക് മറ്റൊരവതാരം അനിവാര്യമായിതീരും. ജനങ്ങളുടെ ഉൽക്കർഷത്തിനുവേണ്ടി. അതിന്റെ ലക്ഷണങ്ങൾ കണ്ടുതുടങ്ങിയിരിക്കുന്നു.

ഈ ഓണക്കാലത്ത് തൃശ്ശൂരിലെ മാവേലി സ്റ്റോറുകളിലും ഓണചന്തകളിലും നേന്ത്രക്കായക്ക് കിലോവിന് നാല് രൂപ ഈടാക്കിയപ്പോൾ, ശക്തൻ തമ്പുരാൻ മാർക്കറ്റിലെ കഴിഞ്ഞ കൊല്ലത്തെ വാമനൻ സ്റ്റോറുകളായിരുന്ന കടകളിൽ, വെറും രണ്ടരരൂപക്ക് നേന്ത്രക്കായ ലഭിക്കുമായിരുന്നു. നോക്കണേ സർക്കാർ തട്ടിപ്പുകൾ. പൊതുജനം

അനുഭവിച്ചറിഞ്ഞ വസ്തുതയാണിത്. മാവേലിസ്റ്റോറുകളുടെ തട്ടിപ്പിൽപ്പെട്ടവർ മൂക്കിൽ വിരൽവച്ച് വാമനൻ സ്റ്റോറുകളുടെ മറ്റൊരവതാരത്തിനായി കൊതിച്ചുനിന്നു.

നീതിയുടെ ദുർവിധി

എന്റെ പിതാവ് കൊട്ടാരത്ത് കൊച്ചുണ്ണി നായർ 1850 ൽ ആരംഭിച്ചതാണ് പ്രകാശ് സ്റ്റോഴ്സ് എന്ന സ്ഥാപനം. സ്റ്റേഷനറി സാധനങ്ങളുടെ മൊത്ത വില്പനയാണ് സ്ഥാപനം നടത്തിയിരുന്നത്. 1964 ൽ തൃശ്ശൂരിൽ ആദ്യമായി വാഹനത്തിലൂടെയുള്ള വിതരണം ആരംഭിച്ചത് പ്രകാശ് സ്റ്റോഴ്സാണ്. എവറെഡി ബാറ്ററിയുടെ വിതരണത്തിന് വാഹനവിതരണം അത്യന്താപേക്ഷിതമായതിനാലാണ് സ്ഥാപനം അതിന് തുനിഞ്ഞത്. 1965-ൽ സ്ഥാപനം വിതരണ വ്യാപാരരംഗത്ത് കാൽ ഉറപ്പിച്ചു. എവറെഡി ബാറ്ററിക്ക് മാത്രമായി ഒരു വാൻ വേണമെന്ന കമ്പനിയുടെ നിർബന്ധത്തിന് വഴങ്ങി അതിനായ് മാത്രം ഒരു വാൻ വിതരണത്തിനായ് മാറ്റി വക്കുകയും മറ്റ ഉല്പന്നങ്ങൾക്ക് മറ്റൊരു വാൻ വിതരണത്തിനായി രംഗത്തിറക്കുകയും ചെയ്തു.

1970 ൽ ഞാൻ ബിരുദപഠനം പൂർത്തീകരിച്ചതിനുശേഷം സ്ഥാപനത്തിൽ പിതാവിനെ സഹായിക്കുവാൻ എത്തി. അക്കൊല്ലം മുതൽ ഞങ്ങൾ 3 പുത്രന്മാരെ കൂടി ഉൾപ്പെടുത്തി സ്ഥാപനം ഒരു പാർട്ട്നർഷിപ്പ് ഫേം ആക്കി പ്രവർത്തനം തുടർന്നു. അക്കാലയളവിൽതന്നെ സ്ഥാപനത്തിന്റെ വൈവിധ്യവൽക്കരണവും ഏറ്റെടുത്ത് പ്രവർത്തിച്ചു. 1972 ൽ എറണാകുളത്ത് ഒരു ബ്രാഞ്ച് തുടങ്ങി. 1976 ൽ എച്ച്.എം.ടി. ബൾബ് കമ്പനിയുടെ വിതരണം പാലക്കാട് തൃശ്ശൂർ ജില്ലകളിൽ ഏറ്റെടുത്തു. കൂടുതൽ വാനുകൾ വിതരണത്തിനായി മാർക്കറ്റിൽ ഇറക്കി. 1983 ൽ മാനുഫാക്ചറിംഗ് രംഗത്തേക്ക് കടന്നു. ജാക്സ് എന്ന ബ്രാൻഡിൽ ബിസ്ക്കറ്റുകൾ ഉൽപ്പാദിപ്പിച്ച് മാർക്കറ്റിംഗ് നടത്തി. ഇതിനിടയിൽ

പല കമ്പനികളുടെയും അടിമത്തരീതികൾ ഇഷ്ടപ്പെടാത്തതിനാൽ അവയുടെ എല്ലാം വിതരണാവകാശം വേണ്ടെന്ന വെച്ചു.

എച്ച്.എം.ടി. ബൾബിന്റെയും എവറെഡി ബാറ്ററിയുടെയും വിതരണത്തിൽ കൂടുതൽ ശ്രദ്ധ ചെലുത്തി. എന്നാൽ എച്ച്.എം.ടി. കമ്പനിയും വിതരണക്കാരായ ഞങ്ങളുടെ സ്ഥാപനത്തിനോട് നീതി പുലർത്താത്തതിനാൽ 1991 മുതൽ കമ്പനിയുമായി ചില അഭിപ്രായവ്യത്യാസങ്ങൾ ഉണ്ടായി. അക്കാലത്ത് 6 ലക്ഷം രൂപയുടെ ബില്ലുകൾ ഞങ്ങൾ കമ്പനിക്ക് കൊടുത്തു തീർക്കുവാനുണ്ടായിരുന്നു. എന്നാൽ മാർക്കറ്റിൽനിന്ന് ഈ ഉല്പന്നങ്ങൾക്ക് ഞങ്ങൾക്ക് കടം പിരിഞ്ഞു കിട്ടാനുള്ളത് 8 ലക്ഷം രൂപ. ഏജൻസി വ്യവസ്ഥകൾ അനുസരിച്ച് ഞങ്ങൾ ബ്ലാങ്ക് ചെക്കുകൾ ഒപ്പിട്ട് കമ്പനിയെ ഏല്പിച്ചിട്ടുണ്ടായിരുന്നു. ഒരു ബ്ലാങ്ക് ചെക്കിൽ 12 ലക്ഷത്തോളം രൂപ എഴുതി കമ്പനി ബാങ്കിൽ കൊടുത്തു. സ്വാഭാവികമായും ഞങ്ങൾ അത്രയും സംഖ്യ കമ്പനിക്ക് നൽകാനില്ലാത്തതിനാൽ, കമ്പനിയുടെ തെറ്റായ നടപടിക്കെതിരായി ചെക്ക് മടക്കി. ചെക്ക് മടങ്ങിയതിനാൽ ക്രിമിനൽ കേസ് എടുക്കുന്നതിന് കമ്പനി നോട്ടീസ് അയച്ചു. നോട്ടീസിന് വ്യക്തമായ മറുപടി ഞങ്ങൾ നല്കി. എന്നാൽ കമ്പനി പ്രസ്തുതകേസുമായി മുന്നോട്ട് പോയില്ല.

രണ്ട് വർഷം കഴിഞ്ഞപ്പോൾ കമ്പനിക്ക് മടങ്ങിയ ചെക്കിന്റെ തുകയായ 12 ലക്ഷത്തോളം രൂപ ഞങ്ങൾ നൽകണമെന്നാവശ്യപ്പെട്ട് എച്ച്.എം.ടി ബൾബ് കമ്പനി സ്ഥാപനത്തിന്റെ പേരിലും പാർട്ട്നർമാരായ ഞങ്ങൾ 4 പേരുടെ പേരിലും, ആന്ധ്രയിൽ ടി.ആർ.നഗർ ജില്ലാ കോടതിയിൽ 1994 ൽ ഒരു സിവിൽകേസ് ഫയൽ ചെയ്തു. കമ്പനി പൂട്ടിയതിനാൽ കമ്പനിക്ക് ലഭിക്കുവാനുള്ള തുക ഈടാക്കുവാൻ ഒരു വക്കീൽ ക്വട്ടേഷൻ സംഘം ആണ് കേസ് നടത്തിയത്. ഇതിനിടയിൽ എന്റെ പിതാവ് മരിച്ചു. ഞങ്ങളുടെ കുടുംബഭാഗംവയ്പ്പ് നടന്നു. പ്രകാശ് സ്റ്റോഴ്സിന്റെ ചുമതല ആസ്തി, ബാദ്ധ്യതകളടക്കം എനിക്ക് ഏറ്റെടുക്കേണ്ടി വന്നു. ഞാൻ കേസ് നടത്തുന്നതിനായി ഹൈദരാബാദിൽ പോയ്ക്കൊണ്ടിരുന്നു. വാദങ്ങളും വിസ്താരങ്ങളും നടന്നു. ഞങ്ങൾ കമ്പനിക്ക് അത്രയും തുക നൽകാനുണ്ടെന്ന തെളിവുകൾ കമ്പനിക്കോ വക്കീൽമാർക്കോ ഹാജരാക്കുവാൻ സാധിച്ചില്ലെങ്കിലും എങ്ങിനെയോ ഞങ്ങൾക്കെതിരായി വിധി ഉണ്ടായി. കമ്പനി ചതിയിലൂടെ എഴുതിയെടുത്ത 12 ലക്ഷം രൂപയുടെ മടങ്ങിയ ചെക്ക് മാത്രമായിരുന്നു അവർക്കുണ്ടായിരുന്ന തെളിവുകൾ. മറ്റു കൺസിഡറേഷനുകൾ ഒന്നും തന്നെ ഉണ്ടായിരുന്നില്ല. 12 ലക്ഷം രൂപയും കോടതി ചിലവും പലിശയുമടക്കം 16 ലക്ഷം രൂപയും പണം നൽകാനുള്ള തിയതി മുതൽ കേസ് വിധി

പറഞ്ഞ തിയതി വരെ 18 ശതമാനം പലിശയും തുടർന്ന് മൊത്ത സംഖ്യ കൊടുത്ത് തീരുന്ന തിയതിവരെ 6% പലിശയും നൽകണമെന്നായിരുന്ന വിധി. നീതിന്യായകോടതിയുടെ ഒരു ദുർവിധി തന്നെയായിരുന്നു അത്. ദുർവിധിക്കിടയാക്കിയ സാഹചര്യങ്ങൾ എന്തൊക്കെയാണെന്ന് അറിയാവുന്നവർക്കറിയാം.

ഞങ്ങൾ ആന്ധ്ര ഹൈക്കോടതിയിൽ അപ്പീൽ ഫയൽ ചെയ്തു. സ്റ്റേ ലഭിക്കണമെങ്കിൽ മൊത്തം സംഖ്യയുടെ മൂന്നിലൊന്ന് കെട്ടി വയ്ക്കണമെന്നതിനാൽ, സ്റ്റേ പെറ്റീഷൻ നൽകിയില്ല.

അപ്പീൽ ആന്ധ്ര ഹൈക്കോടതി പരിഗണിക്കുന്നതിന് മുമ്പ് തന്നെ വക്കീൽ ക്വട്ടേഷൻ സംഘം എക്സിക്യൂഷൻ പെറ്റീഷൻ 2004 ൽ തൃശ്ശൂർ ജില്ലാ കോടതിയിൽ ഫയൽ ചെയ്തു. ജില്ലാ കോടതി അത് വിചാരണക്കായി തൃശ്ശൂർ സബ് കോടതിയിലേക്ക് അയച്ചു.

സ്ഥാപനത്തിന്റെയും പാർട്ട്നർമാരായ ഞങ്ങൾ 4 പേരുടേയും പേരിലുള്ള വിധി നടപ്പാക്കി കിട്ടുന്നതിന് വക്കീൽ ക്വട്ടേഷൻ സംഘം അയച്ചുകൊടുത്ത എക്സിക്യൂഷൻ പെറ്റീഷനിൽ, പണം നല്കിനില്ലെങ്കിൽ (ഏകദേശം 36 ലക്ഷം രൂപ) ഞങ്ങളുടെ സ്ഥാവരജംഗമ വസ്തുക്കൾ ജപ്തി ചെയ്യണമെന്ന ആവശ്യം വെട്ടിക്കളഞ്ഞ് ഞങ്ങളെ അറസ്റ്റ് ചെയ്ത് ജയിലിൽ അടക്കണമെന്ന അപേക്ഷയാണ് തൃശ്ശൂരിൽ കേസ് നടത്തുന്നതിന് ചുമതലപ്പെടുത്തിയ വക്കീൽ കോടതിയോട് ആവശ്യപ്പെട്ടത്.

തൃശ്ശൂർക്കാരനായ വക്കീൽ എന്റെ അടുത്ത സുഹൃത്തായിരുന്നു. വ്യാപാരി വ്യവസായി ഏകോപനസമിതിയുടെയും, തൃശ്ശൂർ ചേംബർ ഓഫ് കോമേഴ്സ് മർച്ചന്റ്സ് അസോസിയേഷൻ എന്നീ സംഘടനകളുടെയും ലീഗൽ അഡ്വൈസർ കൂടിയാണ്. എന്റെ എല്ലാ ഗതിവിഗതികളും അറിയാവുന്ന വ്യക്തിയാണ്. എന്നിട്ടാണ് വിധി സംഖ്യ ഈടാക്കുവാൻ എന്റെ വസ്തുവഹകൾ ജപ്തി ചെയ്യുവാൻ അവസരം ഉണ്ടായിട്ടുകൂടി അതിന് തുനിയാതെ എന്നെ ജയിലിൽ അയക്കേണ്ട നടപടികൾക്ക് നേതൃത്വം നൽകിയത്. മാത്രമല്ല കേസിന്റെ ആവശ്യത്തിന് ചേംബർ ഓഫ് കോമേഴ്സ്, മർച്ചന്റ്സ് അസോസിയേഷൻ ബുള്ളറ്റിനുകൾ എന്നെ പ്രകീർത്തിച്ചു കൊണ്ടെഴുതിയ പത്രങ്ങളുടെ ഫോട്ടോസ്റ്റാറ്റ് കോപ്പികൾ എന്നിവ ഉപയോഗിച്ച് ഞാൻ വൻ ധനാഢ്യനാണെന്നും മനഃപൂർവ്വം കമ്പനിക്ക് പണം നൽകാതിരിക്കുകയും ആണെന്ന് വരുത്തി തീർക്കുന്ന തരത്തിൽ വാദമുഖങ്ങൾ അവതരിപ്പിച്ചു എന്നറിയുമ്പോൾ ഇത്തരം നടപടികളെ എന്ത് പേർ ചൊല്ലിയാണ് വിളിക്കേണ്ടതെന്ന് മനസ്സിലാകാതെ ഞാൻ അലയുകയാണ്.

എന്തായാലും കോടതി നടപടികളെ കോടതി നടപടികൾ കൊണ്ട് തന്നെ നേരിടണമെന്ന് തീരുമാനിച്ചു. കമ്പനികളും മറ്റുള്ളവരും വ്യാപാരികളോട് കാണിക്കുന്ന അനീതിയെ ഞാൻ ചോദ്യം ചെയ്തില്ലെങ്കിൽ ഇത്രയും കാലത്തെ പ്രവർത്തനങ്ങൾക്ക് അർത്ഥമില്ലാതാവുകയില്ലേ? കൊടുക്കാനില്ലാത്ത തുക കോടതിവിധികൾ അനർഹമായി സമ്പാദിച്ച് തട്ടിയെടുക്കുന്നതിനുള്ള ശ്രമത്തെ അംഗീകരിക്കരുതെന്ന് എന്റെ മനഃസാക്ഷി പറയുന്നുണ്ടായിരുന്നു.

നിയമപ്രകാരം തന്നെ ഒരു കമ്മീഷൻ വച്ച് എന്നെ വിസ്തരിക്കണമെന്ന് ഞാൻ കോടതിയോട് ആവശ്യപ്പെട്ടു. എന്നാൽ കോടതി അത് അംഗീകരിക്കാതെ അന്നു തന്നെ എനിക്കെതിരായി വാറണ്ട് പുറപ്പെടുവിക്കുകയാണ് ഉണ്ടായത്. ഞാൻ പിറ്റേ ദിവസം തന്നെ കേരളഹൈക്കോടതിയിൽ വാറണ്ട് സ്റ്റേ ചെയ്യുന്നതിന് അപേക്ഷ നൽകി. കോടതി അത് അംഗീകരിച്ച് ഓപ്പൺ കോടതിയിൽ സ്റ്റേ ഉത്തരവ് പ്രഖ്യാപിച്ചു.

എന്നാൽ അന്ന് ഉച്ച തിരിഞ്ഞ് എന്നെ അറസ്റ്റ് ചെയ്യുവാൻ കോടതിയിൽനിന്ന് ആമിനേയും, പത്രപ്രവർത്തകരേയും , ഫോട്ടോഗ്രാഫർമാരേയും കൊണ്ട് തൃശ്ശൂർ വക്കീലിന്റെ ഗുമസ്ഥനും ജൂനിയർ വക്കീലും എത്തി. ഹൈക്കോടതിയിൽ വാറണ്ട് സ്റ്റേ ചെയ്തതിനാൽ എന്നെ അറസ്റ്റ് ചെയ്യരുതെന്ന് ആമിനോട് പറഞ്ഞെങ്കിലും ഹൈക്കോടതിയുടെ എഴുതിയുള്ള ഉത്തരവ് ഇല്ലാത്തതിനാൽ അത് സാധ്യമല്ലെന്ന് ആമിൻ പറഞ്ഞു. എന്നാൽ താൻ അറസ്റ്റിന് വഴങ്ങില്ലെന്ന് പറഞ്ഞ് ഞാൻ അവിടെനിന്ന് എന്റെ കാറിൽ കയറി വീട്ടിലേക്ക് പോയി.

വൈകുന്നേരമായപ്പോഴേക്കും ഹൈക്കോടതിയുടെ സ്റ്റേ ഉത്തരവ് എനിക്ക് ലഭിച്ചു. പിറ്റേ ദിവസം തന്നെ പ്രസ്തുത ഉത്തരവ് തൃശ്ശൂർ സബ്കോടതിയിൽ ഹാജരാക്കുകയും ചെയ്തു. ഏതാനും ദിവസങ്ങൾക്ക് വേണ്ടി മാത്രമാണ് ഹൈക്കോടതി സ്റ്റേ നൽകിയതെങ്കിലും പ്രസ്തുത സ്റ്റേ വർഷങ്ങളായി തുടർന്ന് ഹൈക്കോടതി നൽകിക്കൊണ്ടിരുന്നു.

പെട്ടെന്നാണ് അത് സംഭവിച്ചത്. 2012 ഒക്ടോബറിൽ ഹൈക്കോടതി പ്രസ്തുത കേസ് 3 മാസത്തിനകം തീർപ്പാക്കണമെന്ന് തൃശ്ശൂർ സബ്ജഡ്ജിക്ക് നിർദ്ദേശം നൽകി. സ്റ്റേ ഉത്തരവ് നിലനിൽക്കാത്തതിനാൽ, തൃശ്ശൂർ സബ് ജഡ്ജ് വീണ്ടും വാറന്റ് പുറപ്പെടുവിച്ചു. കേസ് കോടതിയിൽ എടുത്ത ദിവസം എന്നെ വിസ്തരിക്കണമെന്ന് എന്റെ വക്കീൽ ആവശ്യപ്പെട്ടുവെങ്കിലും കോടതി അത് പരിഗണിച്ചില്ല. പോലീസ് സഹായത്തോടെ വാറന്റുമായി മുന്നോട്ട് പോകുന്നതിനാണ് കോടതി ഉത്തരവ് നൽകിയത്. അപ്പോഴേക്കും അവർ ആവശ്യപ്പെട്ട തുക പലിശയടക്കം 42 ലക്ഷമായിട്ടുണ്ടായതിനാൽ പെട്ടെന്ന് ആ തുക

കെട്ടിവയ്ക്കുക എന്നത് ഏറെ ദുഷ്ക്കരമായിരുന്നു. മാത്രമല്ല കൊടുക്കുവാനില്ലാത്ത ഒരു സംഖ്യ കോടതിയുടെ നിർബന്ധ നടപടികൾക്ക് വഴങ്ങി കൊടുക്കേണ്ട ഒരു സ്ഥിതി വിശേഷം ഒരിക്കലും മനസിന് അംഗീകരിക്കുവാൻ സാധിക്കുമായിരുന്നില്ല.

വീണ്ടും കേരള ഹൈക്കോടതിസമീപിച്ചെങ്കിലും രക്ഷ കിട്ടിയില്ല. ആന്ധ്ര ഹൈക്കോടതി നവരാത്രി പ്രമാണിച്ച് 15 ദിവസം അവധിയായതിനാൽ അവിടേയും കേസ് കൈകാര്യം ചെയ്യുവാൻ സാധിക്കാത്ത അവസ്ഥ വന്നു. സുപ്രീംകോടതിയെ സമീപിച്ചെങ്കിലും ചില സാങ്കേതിക കാരണങ്ങൾ പറഞ്ഞ് കേസ് പരിഗണിക്കുന്നത് നീട്ടിക്കൊണ്ടു പോയിരുന്നു.

ഇതിനിടയിൽ തൃശ്ശൂർകാരനായ വക്കീലും ഗുമസ്തരും എന്നെ എങ്ങിനെയെങ്കിലും അറസ്റ്റ് ചെയ്ത് സമൂഹത്തിൽ മോശമാക്കുന്നതിനുള്ള ശ്രമത്തിന്റെ ഭാഗമായി പോലീസ് സഹായത്തോടെ ആമിൻ, ഞാൻ എത്തുമായിരുന്ന സ്ഥലങ്ങളിലെല്ലാം വന്നന്വേഷിച്ചെങ്കിലും എന്നെ ദ്രോഹിക്കുന്ന അതേ നിയമത്തിന്റെ തന്നെ വകുപ്പുകൾ ഉപയോഗിച്ച് എന്റെ വക്കീലിന്റെ നിർദ്ദേശപ്രകാരം ഞാൻ പ്രവർത്തനങ്ങൾക്കായി മറ്റു ജില്ലകളിൽ പോയിരുന്നതിനാൽ, എന്നെ നേരിൽ കണ്ട് കിട്ടുവാൻ ആമിനും മറ്റുള്ളവർക്കും സാധിച്ചില്ല. ഞാൻ വീട്ടിലില്ലാതിരുന്ന സന്ദർഭത്തിൽ അവർ വീട്ടിലെത്തി എന്റെ ഭാര്യയേയും മരുമകളേയും ജോലിക്കാരിയേയും ഭീഷണിപ്പെടുത്തി തുടങ്ങി. സിവിൽ നടപടികൾക്ക് വിരുദ്ധമായി രാത്രിയിൽപോലും വീട്ടിൽ വന്നന്വേഷിക്കാൻ അവർ കോടതിയിൽ നിന്ന് ഉത്തരവ് സമ്പാദിച്ചിരുന്നു. അത് തന്നെയാണല്ലോ വാറന്റ് പുറപ്പെടുവിച്ച് പണം ഈടാക്കുന്നതിനുള്ള വക്കീൽ തന്ത്രം.

ഭീഷണിക്കു മുന്നിൽ വീട്ടുകാർ പതറി. വർഷങ്ങൾക്ക് മുമ്പ് പൂട്ടിപ്പോയ കമ്പനിയുടെ പേരിൽ വക്കീൽ ക്വട്ടേഷൻ സംഘം കേസ് ഏറ്റെടുത്ത് വിധി നടത്തി കിട്ടുന്നതിനായി പ്രയോഗിക്കുന്ന ഗൂഢതന്ത്രങ്ങളുടെ പൊരുൾ അവർക്കറിയില്ലല്ലോ. മേൽ കോടതി വിധികളേയും മറ്റു നടപടികളേയും കാത്തിരിക്കാതെ പ്രശ്നം അവസാനിപ്പിക്കുവാൻ മകനടക്കമുള്ള കുടുംബാംഗങ്ങൾ വിതുമ്പി കരഞ്ഞ് ആവശ്യപ്പെട്ടപ്പോൾ അവരുടെ നിർബന്ധത്തിന് എനിക്ക് വഴങ്ങേണ്ടി വന്നു. കേസ് നടത്തുന്ന ബാംഗ്ലൂരിലെ വക്കീലുമായി ഞാൻ ബന്ധപ്പെട്ടു. ഒരു ഒത്തുതീർപ്പിനുള്ള ശ്രമം നടത്തി. അത് അല്പം വിജയിച്ചു. പലിശയിൽ പത്തുലക്ഷത്തോളം രൂപ കുറവ് നൽകി 32 ലക്ഷം രൂപ അടച്ചാൽ കേസ് അവസാനിപ്പിക്കാമെന്ന് അവർ പറഞ്ഞു. തുക കുറച്ച് കൂടി കുറച്ച് കിട്ടുവാൻ ഞാൻ ശ്രമിച്ചെങ്കിലും അത് നടന്നില്ല. പലിശയടക്കം 25 ലക്ഷം രൂപക്ക്

അവസാനിപ്പിക്കുവാൻ സാധിച്ചെങ്കിൽ അല്പംകൂടി ആശ്വാസമായേനെ. പക്ഷേ, എല്ലാ കോണുകളിൽ നിന്നുമുള്ള സമ്മർദ്ദത്തിന്റെ ഫലമായി അവർ ആവശ്യപ്പെട്ട തുക മറ്റ കുടുംബാംഗങ്ങളുടെ സഹായത്തോട് കൂടി സ്വരൂപിച്ച് കോടതിയിൽ നൽകി കേസ് അവസാനിപ്പിച്ചു. എന്തു തന്നെയായാലും കൊടുക്കാനില്ലാത്തത്രയും സംഖ്യ കോടതിയും വക്കീലന്മാരും തന്ത്രങ്ങൾ മെനഞ്ഞ് ഈടാക്കിയതിൽ മനസ്സിന് വിഷമവും, വൈക്ലബ്യവും, വക്കീലന്മാർ നേടിയ അവരുടെ ക്രൂര സാമ്പത്തിക വിജയവും ഈ സംഭവത്തിന്റെ ബാക്കി പത്രമായി അവശേഷിക്കുന്നു. ഒരു വ്യാപാരിയായതിനാൽ അനുഭവിക്കേണ്ടി വന്ന നീതിയുടെ ദുർവിധി തന്നെയാണിത്.

അഴകിയ രാവണന്മാർ

ചിങ്ങമാസം ഒന്നാം തീയതി. രാവിലെ പതിവ്പോലെയുള്ള ക്ഷേത്രദർശനം നടത്തിയതിനു ശേഷമാണ് ഞാൻ ഹൈറോഡിലുള്ള എന്റെ ഓഫീസിൽ എത്തിയത്. സ്വന്തം സ്ഥാപനങ്ങളിലും സംഘടനാപരമായ കാര്യങ്ങളിലും ഗുരുതരമായ പ്രശ്നങ്ങളൊന്നും ഉണ്ടാവരുതേ എന്ന് മനസ്സിൽ പ്രാർത്ഥിക്കുവാൻ മറന്നുപോയില്ല. ചിങ്ങം ഒന്നാംതീയതിയിലെ ഫലം ആ വർഷം മുഴുവനും എന്നാണല്ലോ പഴമക്കാർ പറയാറുള്ളത്. ഓഫീസ് ഫയലുകളിലൂടെ കണ്ണോടിച്ച് കൊണ്ടിരിക്കുമ്പോഴാണ് ടെലിഫോൺ മണി മുഴങ്ങിയത്. റിസീവർ കയ്യിലെടുത്ത് 'ഹലോ' പറഞ്ഞു. "ജയേട്ടാ... ഞാൻ ജയ്സൺ ആണ്.

"എന്താ ജയ്സൺ" അൽപ്പം അത്ഭുതത്തോട് കൂടി തന്നെ ഞാൻ ചോദിച്ചു. കാരണം തൊട്ട് മുമ്പിലുള്ള കടയിൽ നിന്നുള്ള ജയ്സന്റെ ഫോൺ ആശങ്കയുണ്ടാക്കാതിരിക്കില്ലല്ലോ.

"ഒരു കാര്യം പറയുവാനുണ്ട്. ജയേട്ടൻ ഫ്രീയാണല്ലോ അല്ലേ? ജയ്സൺ ചോദിച്ചു. "നിനക്ക് ഔപചാരികതയുടെ ആവശ്യമില്ലല്ലോ? ജയ്സൻ എന്റെയടുക്കൽ എപ്പോൾ വേണമെങ്കിലും വന്നുകൂടെ." ഞാൻ തിരിച്ചു ചോദിച്ചു. "അതല്ല, കുറച്ചധികനേരം സംസാരിക്കുവാനുണ്ട്. തിരക്കാണെങ്കിൽ മറ്റൊരവസരത്തിൽ മതിയല്ലോ എന്ന് കരുതിയാണ് ജയ്സൺ പറഞ്ഞു.

"ശരി നീ വാ. നമുക്ക് സംസാരിക്കാം." ഞാൻ പറഞ്ഞു. ജയ്സൻ ആഫീസിലെത്തി എന്റെ മുമ്പിൽ ഇരുന്നു.

"ജയേട്ടാ... ഞാൻ പറയുവാൻ പോകുന്നത് വളരെ ഗൗരവമുള്ള

ഒരു കാര്യമാണ്. ഒരു വഞ്ചനയുടെ കഥ. ജയേട്ടൻ ഇന്ന് പത്രം വായിച്ചില്ലേ. അതിൽ ഹൈറോഡിൽ ഒരു കടയിൽ നടന്ന ഉദ്യോഗസ്ഥൻ ചമഞ്ഞുള്ള തട്ടിപ്പ് നാടകത്തെക്കുറിച്ച് കണ്ടില്ലേ? അത് നടന്നത് എന്റെ സ്ഥാപനത്തിലാണ്. പത്രത്തിൽ സ്ഥാപനത്തിന്റെ പേര് തെറ്റായാണ് പ്രതിപാദിച്ചിരിക്കുന്നത്. സംഭവങ്ങൾ രഹസ്യമായി സൂക്ഷിക്കണമെന്നും കൈകാര്യം ചെയ്ത് പ്രതിയെ അറസ്റ്റ് ചെയ്യുവാനുള്ള സാഹചര്യം ഒരുക്കണമെന്ന പോലീസിന്റെ നിർദ്ദേശത്തിന് വഴങ്ങിയാണ് ജയേട്ടനോടുപോലും ഞാൻ മുൻകൂട്ടി വിവരങ്ങൾ പറയാതിരുന്നത്. അതുകൊണ്ട് എന്നോട് പരിഭവം തോന്നരുത്.'' ജയ്സന്റെ പരുങ്ങലിൽ എനിക്ക് വിഷമം തോന്നി. "സാരമില്ല, നീ കാര്യങ്ങൾ പറയൂ. എന്താ സംഗതിയെന്ന് ഞാൻ മനസ്സിലാക്കട്ടെ. നിന്നോട് എനിക്ക് ഒരിക്കലും ഒരു പരിഭവവും ഉണ്ടാവുകയില്ലല്ലോ'' ഞാൻ തുറന്നു പറഞ്ഞു. ജയ്സൻ സംഭവങ്ങൾ വിശദീകരിക്കുവാൻ തുടങ്ങി.

"ആഗസ്റ്റ് മാസം 5-ാം തീയതി രാവിലെ ഏകദേശം 11 മണിക്ക് മാന്യമായി വസ്ത്രധാരണം ചെയ്ത ഒരാൾ ഒരു ഫയലുമായി എന്റെ സ്ഥാപനമായ ഇ.ഡി. ലോനപ്പൻ സൺസിൽ കയറിവന്നു. ഞാൻ അവിടെ ഉണ്ടായിരുന്നില്ല. ഷാജിയാണ് കടയിൽ ഉണ്ടായിരുന്നത്. വന്നയാൾ ഐഡന്റിറ്റി കാർഡെടുത്ത് കാണിച്ച് കേന്ദ്ര സർക്കാരിന്റെ വിജിലൻസ് ആഫീസറാണെന്നും അയാൾക്ക് എന്റെ കട പരിശോധിക്കണമെന്നും പറഞ്ഞു. ഐഡന്റിറ്റി കാർഡ് കണ്ടതുകൊണ്ട് ഷാജ് വിസമ്മതമൊന്നും പറഞ്ഞില്ല. അദ്ദേഹം അരമണിക്കൂറോളം കടയിൽ പരിശോധന നടത്തി. സ്റ്റോക്കുകൾ കുറിച്ചെടുത്തു. റെക്കോർഡുകൾ ഒന്നുംതന്നെ നോക്കിയതുമില്ല. ഞങ്ങൾ പാൻപരാഗിന്റെ വിതരണക്കാരായതിനാൽ പാൻപരാഗ് നിരോധിച്ചുവെങ്കിലും വിൽക്കാത്ത പാൻപരാഗ് കടയിൽ കുറച്ച് സ്റ്റോക്കുണ്ടായിരുന്നു. കടയിൽ ധാരാളം അനധികൃതവസ്തുക്കൾ കാണുന്നുണ്ടെന്നും അതിന് വൻപിഴ നൽകേണ്ടി വരുമെന്നും റിപ്പോർട്ട് പിന്നീട് അയക്കാമെന്നും ഫോണിൽ സംസാരിക്കാമെന്നും പറഞ്ഞ് അയാൾ പോയി. ഭംഗിയായി ഇംഗ്ലീഷ് സംസാരിക്കുന്ന അയാളുടെ നടപടികൾ ഒരു ഓഫീസറുടെ ഗമയിൽ തന്നെയായിരുന്നു. കടയിലുണ്ടായിരുന്നവരെ വിരട്ടുകയും ചെയ്തിരുന്നു. രണ്ട് ദിവസം കഴിഞ്ഞ് അയാൾ കടയിലേക്ക് ഫോൺ ചെയ്തു. ഷാജി ഫോൺ എന്റെ കയ്യിൽ തന്നു. ഞാനാണ് അയാളുമായി സംസാരിച്ചത്. കൊച്ചിയിലെ വ്യാപാരിയായ പി.എസ്.ഷായുടെ സ്ഥിതി അറിയാമല്ലോ എന്നും കട പരിശോധിച്ചതിന്റെ റിപ്പോർട്ട് തയ്യാറാക്കിയിട്ടുണ്ടെന്നും ഒരു ലക്ഷത്തി മുപ്പതിനായിരം രൂപ പിഴ അടക്കേണ്ടി വരുമെന്നും അദ്ദേഹം പറഞ്ഞു.

പുകവലിനിരോധനം മൂലം കടയിൽ കച്ചവടം കുറവാണെന്നും അത്രയും തുക അടക്കുവാൻ നിർവ്വാഹമില്ലെന്നും സാർ എന്നെ സഹായിക്കണമെന്നും ഞാൻ അഭ്യർത്ഥിച്ചു. നോക്കട്ടെ, രണ്ട് ദിവസം കഴിഞ്ഞ് വിളിക്കാം റിപ്പോർട്ട് മാറ്റാൻ പറ്റുമോ എന്ന് നോക്കട്ടെയെന്നും പറഞ്ഞു. കൊച്ചിയിലെ പി.എസ്.ഷായുടെ പേരിൽ നെർക്കോട്ടിക് ആക്ടനുസരിച്ച് കേസെടുത്തിരിക്കുന്നതിനാൽ ഞാനും ഭയചകിതനായിരുന്നു. ആവശ്യമില്ലാത്ത സംഭവങ്ങൾ തലയിൽ വന്നു വീഴുകയാണല്ലോ. പക്ഷേ, ഞാൻ ആത്മധൈര്യം കൈവിട്ടിരുന്നില്ല. വരട്ടെ, സംഭവങ്ങൾ എങ്ങിനെ തിരിഞ്ഞു മറിയുമെന്ന് കാണാമല്ലോ. വീണ്ടും 10-ാം തീയതി അദ്ദേഹമെന്നെ ഫോണിൽ വിളിച്ച് നിങ്ങളുടെ അപേക്ഷ പ്രകാരം ഫൈൻ കുറച്ചിട്ടുണ്ടെന്നും 50000 രൂപ ഫൈൻ കെട്ടണമെന്നും റിപ്പോർട്ടും റസീറ്റുമായി ഒരാളെ കടയിലേക്ക് അയക്കാമെന്നും പറഞ്ഞു. ഞാൻ വീണ്ടും അദ്ദേഹത്തോട് ഫൈൻ കുറച്ച് കിട്ടുന്നതിനുവേണ്ടി അപേക്ഷിച്ചു. അപ്പോൾ അദ്ദേഹം എന്നോട്, എന്നാൽ ഒരു അഡ്ജസ്റ്റുമെന്റിൽ എത്താമെന്നും വിത്തൗട്ടിൽ ഒരു മുപ്പതിനായിരം രൂപ തന്നാൽ മതിയെന്നും ആർക്കും കുഴപ്പമില്ലാതാക്കാം എന്നും പറഞ്ഞു. കുറച്ചുകൂടി കുറച്ച് തന്ന് സഹായിക്കണമെന്ന് പറഞ്ഞപ്പോൾ 20000 രൂപ തരണമെന്നും അതിൽനിന്ന് കുറക്കില്ലെന്നും ഇനിയും സംസാരിച്ചാൽ നടപടികൾ എടുക്കും എന്നും പറഞ്ഞു. പൈസ തരാമെന്നും നടപടികൾ എടുക്കരുതെന്നും രണ്ട് ദിവസത്തെ സമയം വേണമെന്ന് ഞാൻ പറഞ്ഞപ്പോൾ അദ്ദേഹം സമ്മതിച്ച് വരുന്ന സമയം വിളിച്ചു പറയാം എന്നും പറഞ്ഞു. 14-ാം തീയതി വൈകി എന്നെ ഫോണിൽ അദ്ദേഹം വിളിച്ച് 16-ാം തീയതി വൈകി കടയിൽ വരാമെന്നും പൈസ ശരിയാക്കി വയ്ക്കണമെന്നും പറഞ്ഞു. ദൈവകാരുണ്യം എന്ന് പറയട്ടെ ഇതിനിടെ എന്റെ മനസ്സിൽ ചില സംശയത്തിന്റെ വിത്തുകൾ മുളയ്ക്കുന്നുണ്ടായിരുന്നു. എന്തും വരട്ടേയെന്നു കരുതി വിവരങ്ങൾ പോലീസ് സ്റ്റേഷനിൽ ഒന്നറിയിച്ചിടാമെന്നു കരുതി ധൈര്യം സംഭരിച്ച് ടൗൺ സി.ഐ. രാധാകൃഷ്ണനെ ചെന്ന് കണ്ട് ഞാൻ വിവരങ്ങൾ പറഞ്ഞു. വിവരങ്ങൾ പറഞ്ഞപ്പോൾ അദ്ദേഹത്തിനും സംശയം ജനിച്ചു. പക്ഷേ നടപടികൾ സ്വീകരിക്കുവാൻ ഒട്ടേറെ വൈതരണികൾ ഉണ്ട്. അദ്ദേഹമാണ് സംഭവങ്ങൾ രഹസ്യമാക്കി വക്കണമെന്നും ആൾ കടയിൽ വരുമ്പോൾ വിവരം നൽകണമെന്നും എന്നെ ഉപദേശിച്ചത്. 15-ാം തീയതി വൈകുന്നേരം ഞാൻ ബാംഗ്ലൂരിലേക്ക് പോകുന്നതുകൊണ്ട് കാര്യങ്ങളെല്ലാം ഷാജിയെ ഏൽപ്പിച്ചു. പതിനാറാം തീയതി ഷാജി സ്റ്റേഷനിൽ ചെന്ന് പരാതി നേരിട്ട് ബോധിപ്പിച്ചിരുന്നു. അതനുസരിച്ച് ആൾ

വരുന്ന വിവരം അറിഞ്ഞാൽ സ്റ്റേഷനിൽ അറിയിക്കാമെന്ന് ഷാജി പറഞ്ഞിട്ടാണ് സ്റ്റേഷനിൽനിന്ന് പോന്നത്. 16-ാം തീയതി അയാൾ വീണ്ടും കടയിലേക്ക് ഫോൺ ചെയ്ത് താൻ ഉടനെ എത്താമെന്നും രൂപ കരുതി വക്കണമെന്നും പറഞ്ഞു. ഷാജി വിവരം പോലീസ് സ്റ്റേഷനിൽ അറിയിച്ചു. 2 മണിയോടുകൂടി അയാൾ കടയിലെത്തി, ഷാജിയുമായി സംസാരിച്ച് തുടങ്ങി. ഇതിനിടെ മഫ്ടിയിൽ 3 പോലീസുകാർ ജയേട്ടന്റെ കടയുടെ മുന്നിൽ നിന്നിരുന്നു. ജയേട്ടൻ ഊണ് കഴിക്കുവാൻ പോയിരുന്ന സന്ദർഭമായിരുന്നു അത്. പോലീസുകാരിൽ ഒരാൾ എന്റെ കടയിൽ വന്ന് പൊടി വാങ്ങി. അപ്പോൾ അയാളും ഷാജിയും തമ്മിലുള്ള സംഭാഷണം മഫ്ടി പോലീസുകാരൻ ശ്രദ്ധിക്കുന്നുണ്ടായിരുന്നു. സംഭാഷണത്തിൽനിന്ന് ആളെ മനസ്സിലാക്കിയ പോലീസ് ഉടനെതന്നെ കയ്യിൽ കയറി പിടിക്കുകയും ഐഡന്റിറ്റി കാർഡ് കൈവശപ്പെടുത്തുകയും ചെയ്തു. മറ്റ് മഫ്ടി പോലീസുകാരും പോലീസുകാരന്റെ സഹായത്തിനെത്തി. അദ്ദേഹത്തെ പിടിച്ച് സ്റ്റേഷനിലേക്ക് ഒരു ഓട്ടോയിൽ കൊണ്ടുപോയി. ചോദ്യം ചെയ്തപ്പോഴാണ് സംഗതികൾ വെളിവാകുന്നത്. അയാൾ ശരിയായ വിജിലൻസ് ഓഫീസറല്ല. എഫ്.സി.ഐയിലെ ഒരു സാധാരണ വിജിലൻസ് ഓഫീസറാണ്. അയാളുടെ കയ്യിൽ വ്യാജ ഐഡന്റിറ്റി കാർഡുകൾ ധാരാളമുണ്ട്. അത് ഉപയോഗിച്ച് വിവിധ തട്ടിപ്പുകൾ പല സ്ഥലങ്ങളിലും അദ്ദേഹം നടത്തിയിട്ടുണ്ട്. എന്തിനേറെ പുകവലി നിരോധനം വന്നപ്പോൾ നാട്ടുകാരെക്കൂടി ഭയപ്പെടുത്തി അയാൾ പണം പിടുങ്ങാറുണ്ട്. പോലീസ് അയാൾക്കെതിരെ കേസെടുത്തു. പിന്നീടാണ് വൻ തമാശ നടന്നത്. അദ്ദേഹത്തെ എഫ്.സി.ഐയിലെ ഉദ്യോഗസ്ഥന്മാർ തന്നെ ജാമ്യമെടുക്കുവാൻ തയ്യാറായിയെന്നും യൂണിയന്റെ സ്വാധീനമുപയോഗിച്ച് മന്ത്രിമാരെ വരെ സ്വാധീനിച്ചാണ് ജാമ്യം നേടിയതെന്നും പറഞ്ഞ് കേൾക്കുന്നു. ഒരു തോരാത്ത മഴ പോലെ ജയ്സൻ സംഭവങ്ങൾ വിവരിച്ചപ്പോൾ ഞാനും അത്ഭുതസ്തബ്ധനായി ഇരുന്നുപോയി.